പഴഞ്ചൊൽ സാഹിത്യം

pazhanjol sahithyam
(folklore study)

•

dr. m v vishnu namboothiri M A, Ph D

•

first edition
january 2015

•

second impression
january 2021

•

typesetting
nakshathra graphotech, poojappura

•

published
chintha publishers, thiruvananthapuram

•

printed
repro india ltd, mumbai

•

cover
murali payyanur

•

price
rupees one hundred and forty only

വിതരണം

ദേശാഭിമാനി ബുക്ക് ഹൗസ്
H O തിരുവനന്തപുരം-695 035
phone: 0471-2303026, 6063026
www.chinthapublishers.com
chinthapublishers@gmail.com

ബ്രാഞ്ചുകൾ

ഹെഡ്ഡാഫീസ് ബ്രാഞ്ച് കുന്നുകുഴി • സ്റ്റാച്യു തിരുവനന്തപുരം • കെ എസ് ആർ ടി സി ബസ് സ്റ്റേഷൻ ആലപ്പുഴ • കെ എസ് ആർ ടി സി ബസ് സ്റ്റേഷൻ എറണാകുളം • ചിറ്റൂർ റോഡ് എറണാകുളം • മച്ചിങ്ങൽ ലെയ്ൻ തൃശൂർ • ഐ ജി റോഡ് കോഴിക്കോട് • മാവൂർ റോഡ് കോഴിക്കോട് • എൻ ജി ഒ യൂണിയൻ ബിൽഡിങ് കണ്ണൂർ • സെൻട്രൽ ബസ് ടെർമിനൽ കോംപ്ലക്സ് താവക്കര കണ്ണൂർ

CO - 2155 / 3611
ISBN - 978-93-85018-57-2

പഴഞ്ചൊൽ സാഹിത്യം
(ഫോക്‌ലോർ പഠനം)

ഡോ. എം വി വിഷ്ണു നമ്പൂതിരി

ചിന്ത പബ്ലിഷേഴ്‌സ്
തിരുവനന്തപുരം-695 035
വില: ₹ 140

ഡോ. എം വി വിഷ്ണു നമ്പൂതിരി

പയ്യന്നൂരിനു സമീപമുള്ള രാമന്തളി വില്ലേജിൽ (കണ്ണൂർ ജില്ല) 25-10-1939ൽ ജനിച്ചു. അച്ഛൻ: സുബ്രഹ്മണ്യൻ നമ്പൂതിരി. അമ്മ: ദ്രൗപതി അന്തർജ്ജനം.

മലയാളഭാഷയിലും സാഹിത്യത്തിലും എം എ (ഫസ്റ്റ് ക്ലാസ്), പി എച്ച് ഡി ബിരുദം.

കേരള സാഹിത്യ അക്കാദമി (ഐ സി ചാക്കോ എൻഡോവ്മെന്റ്) അവാർഡ്-1998 (ഫോക്‌ലോർ നിഘണ്ടു) പട്ടത്താനം അവാർഡ് -1998 (ഫോക്‌ലോർ പഠനരംഗത്ത് കാൽനൂറ്റാണ്ടിലേറെക്കാലം ചെയ്ത സേവനങ്ങളെ പരിഗണിച്ച്), കേരളഫോക്‌ലോർ അക്കാദമിയുടെ പ്രഥമ അവാർഡ്-ഗ്രന്ഥരചന-സമഗ്ര സംഭാവനയ്ക്ക് -1999, കേരള സംഗീതനാടക അക്കാദമി അവാർഡ് - 2008 (നാടൻ കലാ ഗവേഷണം), കേരള സർക്കാരിന്റെ പി കെ കാളൻ പുരസ്കാരം-2009, പി കെ പരമേശ്വരൻ നായർ ട്രസ്റ്റ് (എസ് ഗുപ്തൻ നായർ സ്മാരക) പുരസ്കാരം-2011, കടത്തനാട്ട് ഉദയവർമ്മ രാജ പുരസ്കാരം-2012, കളമെഴുത്ത് പഠനഗവേഷണ കേന്ദ്രം (കാട്ടകാമ്പാൽ, തൃശ്ശൂർ) പുരസ്കാരം-2014, വിജ്ഞാനപീഠ പുരസ്കാരം (ശ്രീ ശങ്കര ട്രസ്റ്റ് സാംസ്കാരിക പഠന കേന്ദ്രം, പെരുമ്പാവൂർ 2014, കേരളസംസ്ഥാന ജൈവ വൈവിദ്ധ്യ ബോർഡ് പുരസ്കാരം, തിരുവനന്തപുരം-2014, അബുദാബി ശക്തി അവാർഡ് - 2016, കേന്ദ്രസാംസ്കാരികവകുപ്പിന്റെ സീനിയർ ഫെലോഷിപ്പ് എന്നിവ ലഭിച്ചു. കേരള ഫോക്‌ലോർ അക്കാദമിയുടെ ചെയർമാനായിരുന്നു. 9-3-2019 ന് അന്തരിച്ചു.

ഫോക്‌ലോർ രംഗത്ത് അറുപതിൽപ്പരം ഗ്രന്ഥങ്ങൾ ഇതിനകം പ്രസിദ്ധീകരിച്ചിട്ടുണ്ട്. *നമ്പൂതിരി ഭാഷാശബ്ദകോശം, ഫോക്‌ലോർ നിഘണ്ടു,* വടക്കൻപാട്ടുകഥകൾ-ഒരു പഠനം, *തെയ്യവും തിറയും, നാടോടിവിജ്ഞാനീയം, പൊട്ടനാട്ടം, പൂരക്കളി, കേരളത്തിലെ നാടൻസംഗീതം, ഫോക്‌ലോർ ചിന്തകൾ, നാടൻകലകൾ നാടൻപാട്ടുകൾ, ഫോക്‌ലോറും ജനസംസ്കാരപഠനവും, ഗവേഷണപ്രവേശിക, നാടൻ ഭാഷാ നിഘണ്ടു, കോതാമൂരി, പുരാവൃത്തപഠനം, ഫോക്‌ലോറും നാമ പഠനവും, പഴഞ്ചൊൽ സാഹിത്യം, കടംകഥകൾ ഒരു പഠനം* എന്നിവ അതിൽ മുഖ്യമായവയാണ്.

ഭാര്യ : സുവർണ്ണിനി

മക്കൾ : സുബ്രഹ്മണ്യൻ, ഡോ. ലളിതാംബിക, മുരളീധരൻ.

വിലാസം : പോസ്റ്റ് കാരന്താറ്റ് വഴി)
രാമന്തളി, പിൻ: 670308

ഫോൺ : 04985 223257

ഉള്ളടക്കം

അനുബന്ധം

1

പ്രവേശകം

അലിഖിതമായി നാടെങ്ങും പ്രചരിക്കുന്ന വാങ്മയങ്ങളാണ് നാടൻസാഹിത്യം. ഒരു വ്യക്തിയുടെ സൃഷ്ടി എന്നതിനേക്കാൾ ഒരു സമൂഹത്തിന്റെ സംഭാവന എന്ന നിലയ്ക്കാണ് നാടൻസാഹിത്യത്തെ പരിഗണിക്കേണ്ടത്. ഒരു വ്യക്തിയുടെ വികാരവിചാരങ്ങളെക്കാൾ സമൂഹത്തിന്റെ വികാരവിചാരങ്ങളാണ് അവയിൽ പ്രതിഫലിക്കുന്നത്. ഏതൊരു സാഹിത്യത്തിന്റെയും ഉദയം അലിഖിതമായിരിക്കാനാണ് സാധ്യത. അവയുടെയെല്ലാം അതിപ്രാക്തനരൂപം നമുക്കിന്ന് കണ്ടെത്താൻ പ്രയാസമായിരിക്കും. ഭാഷാപരമായ പല മാറ്റങ്ങൾക്കും അവ വിധേയമായിത്തീർന്നിരിക്കുമെന്നതും സ്വാഭാവികമാണ്.

ഫോക്‌ലോറിൽ നാടൻസാഹിത്യത്തിനുള്ള സ്ഥാനം അന്യാദൃശമാണ്. നരവംശശാസ്ത്രം, സാമൂഹികശാസ്ത്രം തുടങ്ങിയ വൈജ്ഞാനിക മേഖലകളിൽനിന്ന് നാടോടിവിജ്ഞാനീയത്തെ വ്യതിരിക്ത സ്വഭാവമുള്ള ഒരു പഠനമണ്ഡലമായി കാണാൻ സഹായിക്കുന്നത് മുഖ്യമായും നാടൻസാഹിത്യമാണ്. അത് യഥാർഥത്തിൽ വാങ്മയ സംസ്കാരമാണ്. ഓർമയ്ക്ക് അതിൽ പരമ പ്രാധാന്യമുണ്ട്. "വർത്തമാനകാലം സ്ഥിരമായി അതിന്റെ സ്വന്തംരൂപം ഭൂതകാലത്തിന്മേൽ നിവേശിപ്പിക്കുന്നു. അങ്ങനെ, ഒരു വാങ്മയസംസ്കാരത്തിൽ ലോകം എപ്പോഴും ഇപ്പോൾ കാണുന്നതുപോലെ കാണും. അതിന്റെ ഭൂതകാലവീക്ഷണം വർത്തമാനകാലത്തെപ്പോലെയാണ്" (34:51). മറ്റൊരു വിധത്തിൽ പറഞ്ഞാൽ, ഓർമയിലൂടെയാണ് മനുഷ്യർ അറിവിന്റെ പ്രഭവസ്ഥാനത്ത് എത്തിച്ചേരുന്നത്.

വാങ്മയ പാരമ്പര്യത്തിൽപ്പെട്ട രൂപങ്ങളെ പൊതുവെ വാങ്മയ കല (verbal art) എന്ന് വിശേഷിപ്പിക്കാറുണ്ട്. എന്നാൽ, വാചികമായി

പകരുന്നവയെല്ലാം നാടൻസാഹിത്യമാകണമെന്നില്ല. നാടൻപാട്ടുകൾ, ഐതിഹ്യങ്ങൾ, പഴഞ്ചൊല്ലുകൾ, കടംകഥകൾ തുടങ്ങിയ നാടൻസാഹിത്യരൂപങ്ങളെല്ലാം 'വാങ്മയ കല'യാണെന്ന് വില്യം ആർ ബാസ്കം അഭിപ്രായപ്പെട്ടിട്ടുണ്ട്. അതേസമയം, നാടൻപാട്ടുകൾ, നാടൻകഥാഗാനങ്ങൾ, ഐതിഹ്യങ്ങൾ, നാടോടിക്കഥകൾ എന്നിവയെ നാടൻ വാങ്മയ വിജ്ഞാന (oral folklore) ത്തിൽനിന്ന് വേർതിരിച്ച് നിർത്തുന്നവരും കുറവല്ല. ഗദ്യാഖ്യാനങ്ങളെയും പഴമൊഴികളെയുമാണ് ചിലർ വാങ്മയ കലാരൂപങ്ങളായി പരിഗണിച്ചിട്ടുള്ളത് (32:497).

പ്രാക്തന തമിഴ് വ്യാകരണഗ്രന്ഥമായ *തൊൽക്കാപ്പിയ*ത്തിൽ പാട്ട്, ഉരൈ, മുതുചൊൽ (മുതുമൊഴി), നൂൽ, പിചി, അങ്കതം, മന്തിരം തുടങ്ങിയവ വാങ്മയരൂപങ്ങളിൽപ്പെടുമെന്ന് പ്രസ്താവിക്കുന്നുണ്ട് (33:39,57,60,61). കേരളത്തെ സംബന്ധിച്ചും ഇത് പൊരുത്തപ്പെടേണ്ടതാണല്ലോ.

പരമ്പരാഗതമായ അഭിവ്യഞ്ജനത്തിന്റെ സമഗ്രവും സംക്ഷിപ്തവുമായ രൂപമാണ് പഴഞ്ചൊല്ലുകൾ. നാടൻ പാരമ്പര്യത്തിന്റെ യഥാർഥരൂപമാണവ. പഴഞ്ചൊല്ലിനെ 'പഴമൊഴി' എന്നും പറയും. തമിഴിൽ 'മുതുമൊഴി' എന്ന് വ്യവഹാരമുണ്ട്. 'മൂത്തോറെ വാക്ക്' എന്ന മലയാളത്തിലെ ഗ്രാമീണ പ്രയോഗവും ഇവിടെ സ്മർത്തവ്യമാണ്. 'ലോകോക്തി' എന്ന പദവും വിവിധ ഭാഷകളിൽ പഴഞ്ചൊല്ലിന്റെ ധർമം സൂചിപ്പിക്കുന്നു. "സത്യമെന്ന് കരുതുന്നതോ, സദുപദേശപരമായതോ ആയ ഒരു സുവിദിത ലഘുമൊഴി" (23:1381) യാണ് പഴഞ്ചൊല്ലെന്ന് പൊതുവെ കരുതിപ്പോരുന്നു. "ഒരു ജനസമൂഹത്തിൽ പണ്ടേയ്ക്കുപണ്ടേ പലരും പറഞ്ഞുപറഞ്ഞു വരന്നു പഴക്കം വന്നിട്ടുള്ള ചൊല്ലുക' (10:500) ളാണവ. ഗ്രാമീണജനതയുടെ സാമൂഹികവും സാംസ്കാരികവും ബുദ്ധിപരവുമായ വളർച്ചയിൽ സ്വാധീനം ചെലുത്താൻ പഴമൊഴികൾക്ക് കഴിഞ്ഞിട്ടുണ്ട്. ജീവിതത്തിന്റെ എല്ലാ വശങ്ങളും അവ പ്രതിഫലിപ്പിക്കുന്നു. സാമാന്യജനങ്ങളുടെ അനുഭവജ്ഞാനവും ജീവിതപരിചയവും വീക്ഷണവിശേഷവുമാണ് അവയ്ക്ക് രൂപം നൽകിയിട്ടുള്ളത്. പല തലമുറകളിൽപെട്ടവരുടെ ചുണ്ടുകളിൽ നിന്ന് പകർന്നു വന്നതെങ്കിലും അർഥഗ്രഹണത്തിന് വിഷമം നേരിടുന്നുമില്ല. വിജ്ഞാനപ്രദമായ ലഘുവാക്യങ്ങളാണവ. "ഓരോ പഴഞ്ചൊല്ലും സ്മരണയിലെത്തുന്ന പ്രശ്നത്തോടുള്ള സമീപനത്തിന്റെ സമ്പൂർണമായ പ്രസ്താവന" (31:119) യാണെന്നു പറയാം. ആശയവിനിമയത്തിന് മറ്റൊന്നിനെക്കാളും സ്വയംപര്യാപ്തമായ ഒരു വീക്ഷണകോണും പ്രയോഗവൈദഗ്ധ്യവും അതിന്റെ ആവിഷ്കരണത്തിൽ കാണാം. പഴഞ്ചൊല്ലുകൾ, അവ പ്രാചുര്യത്തിലുള്ള പ്രദേശത്തിലെയോ സമൂഹത്തിലെയോ രൂഢമൂലമായ വിശ്വാസങ്ങളെ പ്രതിഫലിപ്പിക്കാതിരിക്കയില്ല.

നാടൻസംസ്കാരത്തിന്റെ ഏതു ഘടകവും കൃത്രിമതകളുടെയും സാങ്കേതിക ജടിലതയുടെയും കെട്ടുപാടുകളിൽ നിന്ന് അകന്നതും,

സ്വാഭാവികതയുള്ളതുമായിരിക്കും ലാളിത്യവും അകൃത്രിമതയും പഴമൊഴികളുടെയും മുഖമുദ്രയാണ്. "സംഭാഷണത്തിൽത്തന്നെ കാര്യഗർഭങ്ങളും, ഹൃദയസ്പൃക്കുകളും, സർവ്വോപരി ഉച്ചാരണത്തിൽ അത്യധികമായ സൗകുമാര്യത്താൽ സമുല്ലസിതങ്ങളുമായ അനതിദീർഘവാക്യങ്ങളാണവ" (9:984). നാട്ടറിവിന്റെ മറ്റു ഘടകങ്ങളെപ്പോലെ പഴഞ്ചൊല്ലുകളും മാറ്റങ്ങൾക്കും പ്രകാരഭേദങ്ങൾക്കും കീഴ്പ്പെട്ടുകൊണ്ട് ഭൂതകാലത്തിൽനിന്ന് വർത്തമാനകാലത്തിലേക്ക് ഒഴുകുന്ന സംസ്കാരധാരയായതിനാൽ, കടന്നുവരുന്ന കാലദേശാദികളുടെ സവിശേഷതകൾ അവ ഉൾക്കൊള്ളാതിരിക്കയില്ല. അതിനാൽ, ശരിയായ ഉൽപത്തികാലനിർണയം ശ്രമസാധ്യമാണ്. മറ്റു നാടൻ വാങ്മയങ്ങളെപ്പോലെ പഴമൊഴികളും അജ്ഞാതകർതൃകങ്ങളാണെന്നു കാണാം.

2

നാടൻചിന്തയും അനുഭവജ്ഞാനവും

പഴഞ്ചൊല്ലുകൾ അവയുണ്ടായ കാലത്തെ മനുഷ്യരുടെ ആത്മാവും ഹൃദയവും പ്രതിഫലിപ്പിക്കും. "നാടൻ ചിന്തയുടെ ഒരവശ്യ ഘടകമായി ഇത് പ്രത്യക്ഷപ്പെടുന്നു" (30:26). പ്രാക്തന മനുഷ്യന്റെ സന്തോഷവും സന്താപവും സൗന്ദര്യബോധവും തത്ത്വചിന്തയും സാമൂഹികബോധവും ക്ഷമയും ഔദാര്യവും എന്നു വേണ്ട എല്ലാ വികാരങ്ങളും ചിന്തകളും പഴഞ്ചൊല്ലുകളിൽ നിഴലിച്ചു കാണാം. "വൈവിധ്യസമ്പൂർണമായ ജീവിതത്തിലെ അനുഭവമോ അവലോകനമോ അഴകും ഈടും ഒതുക്കവുമുള്ള ഭാഷയിൽ ആവിഷ്കരിക്കുന്നതിനുള്ള പ്രേരണ" (8:10) മനുഷ്യർക്കുണ്ട്. ആ പ്രേരണകൊണ്ടത്രെ പഴമൊഴികൾ ഉദയം ചെയ്തിട്ടുള്ളത്. സമകാലിക സംഭവങ്ങൾക്കെല്ലാം പഴമൊഴിയുടെ രൂപം നൽകാൻ പ്രാക്തന മനുഷ്യർ ശ്രമിച്ചിരുന്നു. പഴഞ്ചൊല്ലുകളിൽ 'സാമുദായികാവസ്ഥ, വ്യക്തിവൈരാഗ്യം, ചാർച്ചക്കാർ തമ്മിലുള്ള ബന്ധം, സമുദായങ്ങളുടെ ആത്മവിമർശം, കുടുംബ സാമർത്ഥ്യങ്ങളെ ചൊല്ലിയുള്ള ഏറ്റുമുട്ടലുകൾ, പച്ചമരുന്ന് തുടങ്ങിയവയെക്കുറിച്ചുള്ള ഔഷധവിജ്ഞാനം, കാലാവസ്ഥാമാറ്റങ്ങൾ, കൃഷി, ഭക്ഷണമേന്മ, ശിശുപരിപോഷണം, വിഭിന്ന സാമൂഹിക സന്ദർഭങ്ങളിലെ പെരുമാറ്റസംഹിത" (30:28) തുടങ്ങിയ സാമൂഹിക വിജ്ഞാനം പ്രതിഫലിക്കുന്നുണ്ടെന്നത് വാസ്തവമാണ്. നിത്യജീവിതത്തിന്റെ നിറപ്പകിട്ടാർന്ന ചിത്രങ്ങൾ അവ കാഴ്ചവയ്ക്കുന്നു.

നിരീക്ഷണത്തിന്റെയും അനുഭവത്തിന്റെയും വെളിച്ചത്തിൽ സാമാന്യജനങ്ങൾ ജന്മംനൽകിയ ചിന്തയുടെ രൂപമാണല്ലോ പഴഞ്ചൊല്ലുകൾ. 'കരിമ്പിന് കമ്പ് ദോഷം' എന്ന വസ്തുത അനുഭവത്തിലൂടെയാണ് മനുഷ്യർ ഗ്രഹിച്ചത്. 'തീയില്ലാതെ പുകയില്ല' എന്നത് മറ്റൊരു അനുഭവ

ജ്ഞാനമാണ്. 'അടുക്കക്കിടന്നാലേ രാപ്പനി അറിയൂ' എന്ന ചൊല്ലും അത്തരത്തിലുള്ളതാണ്. സാമിപ്യസമ്പർക്കാദികൾകൊണ്ടു മാത്രമേ യഥാർഥ സ്വഭാവം മനസ്സിലാകയുള്ളുവെന്നാണ് ആ ചൊല്ലിന്റെ ആന്തരാർഥം. 'കട്ടതു ചുട്ടുപോകും' എന്ന സത്യം പലരുടെയും അനുഭവമത്രെ. "രുചികരമല്ലാത്ത ഒരു സത്യം സാന്ദ്രമായൊരു രീതിയിൽ പറയുന്ന കഴമ്പുറ്റ വാചകമാണ് പഴഞ്ചൊല്ല്" (25:46) എന്ന് പറയുന്നത് അതുകൊണ്ടാണ്. 'അടിയിലും മീതെ ഒടിയില്ല', 'അടിതെറ്റിയാൽ ആനയും വീഴും', 'അരി വിതച്ചാൽ നെല്ലാവില്ല', 'അരിയെറിഞ്ഞാൽ ആയിരം കാക്ക', 'ആഴമുള്ളിടത്ത് അലയില്ല', 'എടുത്തുചാട്ടം പിഴച്ച ചാട്ടം', 'ഏച്ചുകെട്ടിയാൽ മുഴച്ചുനിൽക്കും' എന്നിവയെല്ലാം അനുഭവത്തിലൂടെ മനസ്സിലാക്കിക്കൊണ്ടുതന്നെയാണ് പ്രയോഗിക്കുന്നത്.

'മണ്ണും പെണ്ണും നന്നാക്കിയാൽ നന്നാകും'
'മുലപ്പാലില്ലെങ്കിൽ കുലപ്പാല്'
'പത്തമ്മ ചമഞ്ഞാലും പെറ്റമ്മയാകയില്ല'
'വെച്ച ചോറും ചത്ത ശവവും വെച്ചാൽ നിൽക്കില്ലാ
'ആച്ചുനോക്കിയേ കൂച്ച് കെട്ടാവൂ'
'അയൽനോക്കിയേ കൃഷിയേൽക്കാവൂ'
'കതിരിൽ വളംവെച്ചിട്ടു കാര്യമില്ല'
'കരയുന്ന കുഞ്ഞിനേ പാലുള്ളൂ'
'കുരയ്ക്കും പട്ടി കടിക്കയില്ല'
'കുലക്കടിച്ചാൽ കുലയേ വാടും'
'കാരമുരട്ടിൽ ചീര മുളക്കില്ല'
'ചാഞ്ഞ മതിൽ ചതിക്കും'
'നല്ല മരുന്ന് കൈയ്ക്കും'
'നിറകുടം തുളുമ്പില്ല'
'പടുമുളയ്ക്ക് വളംവേണ്ട'
'പലരുംകൂടിയാൽ പാമ്പും ചാവില്ല'
'ലുബ്ധന് ഇരട്ടിച്ചിലവ്'
'വെല്ലം തൊട്ടാൽ കൈ നക്കും'

എന്നിങ്ങനെ അനുഭവത്തിന്റെ പ്രതിഫലനങ്ങളാണ് പഴമൊഴികളിൽ നല്ലൊരു ഭാഗം. 'ചാണകം ചവിട്ടിയാൽ തൈരു കൂട്ടാം' എന്നത് ഒരനുഭവമത്രെ. ഇവിടെ 'ചാണകം ചവിട്ടുക' എന്നതുകൊണ്ട് പശുപരിപാലനക്ലേശത്തെയാണ് വിവക്ഷിക്കുന്നത്. 'അകലെയുള്ള ബന്ധുവിനേക്കാൾ അടുത്തുള്ള ശത്രുവാണ് നല്ലത്' എന്നും 'കൈയാടിയാലേ വായാടൂ' എന്നും 'ആളേറെ പോകുന്നതിനേക്കാൾ താനേറെ പോകുന്നതാണ് നല്ലത്' എന്നും അനുഭവത്തിലൂടെ അറിഞ്ഞവരാണ് നാം. 'കാതം നടന്നാൽ പാദം മടക്കണം' എന്ന് അനുഭവം നമ്മെ പഠിപ്പിക്കുന്നു. 'പഴുത്ത മാവിലകൊണ്ട് പല്ലുതേച്ചാൽ പുഴുത്ത പല്ലും നാറൂല്ല' എന്നത് നമ്മുടെ മറ്റൊരനുഭവജ്ഞാനമാണ്.

'മഴ നിന്നാലും മരം പെയ്യും'
'ഓട്ടക്കാരന് പാട്ടം പറ്റില്ല'
'വെല്ലം വെച്ചേടത്ത് ചോണൻ എത്തും'
'ഞെട്ടറ്റാൽ മൂട്ടിൽ'

തുടങ്ങിയവ അവലോകനത്തിന്റെയും നിരീക്ഷണത്തിന്റെയും ഫലമായി രൂപമെടുത്തിട്ടുള്ളവയാണ്. എന്നാൽ, ഇത്തരം അനുഭവങ്ങൾ എല്ലാവരുടെയും അനുഭവമായിക്കൊള്ളണമെന്നില്ല. അതേസമയം സാർവലൗകിക സ്വഭാവമുള്ള പഴഞ്ചൊല്ലുകളുമുണ്ട്.

3

പ്രയോഗ സന്ദർഭം

പഴമൊഴികൾ സാഹിത്യഗ്രന്ഥങ്ങളിൽ ഉദ്ധരിച്ചുകാണാറുണ്ട്. വിദ്യാഭ്യാസ രംഗങ്ങളിൽ അതിനുള്ള പ്രസക്തി അനിഷേധ്യവുമാണ്. എന്നാൽ, നാടൻ വാങ്മയങ്ങളായ പഴഞ്ചൊല്ലുകൾ എഴുതപ്പെടാതെ പ്രചരിക്കുന്നവയായതിനാൽ, സംഭാഷണവേളയിലാണ് അവയുടെ പ്രയോഗത്തിന് കൂടുതൽ പ്രസക്തി. അത്തരം സന്ദർഭങ്ങളിൽ പഴമൊഴികൾ ഒരു ദൃഷ്ടാന്തമെന്ന നിലയിൽ പ്രവർത്തിക്കും. 'പുകഞ്ഞ കൊള്ളി പുറത്ത്' എന്ന ചൊല്ല് പരിശോധിച്ച് നോക്കുക. ഗൃഹത്തിന്റെ പൊതുവായ ക്ഷേമത്തിന് വിപരീതമായി പ്രവർത്തിക്കുന്ന ഒരു വ്യക്തിയെപ്പറ്റി ആ കുടുംബത്തിലെ മുതിർന്ന അംഗങ്ങൾ പറയുമ്പോൾ അതിന് എത്രമാത്രം അർഥപ്രകാശന ശക്തി കൈവരുമെന്ന് പറഞ്ഞറിയിക്കേണ്ട കാര്യമില്ല. ഈ ചൊല്ല് ഗാർഹികാന്തരീക്ഷത്തിലെന്നപോലെ സാമൂഹിക-രാഷ്ട്രീയ രംഗങ്ങളിലെല്ലാം പ്രയോഗിക്കുമ്പോൾ സവിശേഷമായ അർഥം ലഭിക്കുന്നു.

'നായീന തച്ചാൽ വെണ്ണീര് പാറും' എന്ന ചൊല്ല് ജീവിതസന്ദർഭങ്ങളിൽ പ്രയോഗിക്കുമ്പോഴാണ് അർഥവത്തായിത്തീരുന്നത്. ഉപദേശിച്ച് നേരെയാവാത്ത ഒരു വ്യക്തിയെക്കുറിച്ചുള്ള പരാമർശത്തിൽ ഈ മൊഴി പ്രയോഗിക്കുമ്പോൾ, ഉപദേശത്തിന്റെ നിരർഥകതയെ അത് സൂചിപ്പിക്കും. 'നരി നരച്ചാലും കടിക്കും' എന്ന പഴഞ്ചൊല്ല് സംഭാഷണ മധ്യേ പലപ്പോഴും പ്രയോഗിച്ചു കാണാറുണ്ട്. പ്രായമായിട്ടും യൗവനത്തിലെ ക്രൗര്യവും മറ്റും വച്ചുപുലർത്തുന്നവരെപ്പറ്റി പറയുന്ന സന്ദർഭത്തിലാണ് ഈ മൊഴിയുടെ പ്രയോഗം സഫലമായിത്തീരുന്നത്.

കടംകഥകൾ പറയുന്നതിൽ കുട്ടികളും സ്ത്രീകളുമാണ് കൂടുതൽ താല്പര്യം കാണിക്കുന്നതെങ്കിൽ, പഴമൊഴികളുടെ പ്രയോഗം തികച്ചും

വ്യത്യസ്തമാണ്. "വെള്ളത്തെപ്പോലെ ഉന്നതനിലയിൽനിന്ന് നിമ്നനിലയിലേയ്ക്കാണ് പഴമൊഴികൾ ഒഴുകുന്നത്: തിരിച്ച് ഒരിക്കലും ഒഴുകുന്നില്ല" (30:26). പ്രായമേറിയവർ പ്രായംകുറഞ്ഞവരോട് സംഭാഷണം നടത്തുമ്പോഴാണ് പഴഞ്ചൊല്ലുകൾ പ്രായേണ പ്രയോഗിക്കുക. 'മൂത്തോറെ വാക്ക്' എന്ന പ്രയോഗത്തിന്റെ പൊരുളും അതുതന്നെ. സമൂഹത്തിലെ ഉന്നതരും മേലാളരും താഴ്ന്നവരോടോ കീഴാളരോടോ സംസാരിക്കുമ്പോൾ പഴമൊഴികൾ പ്രയോഗിക്കും. തുല്യപദവിയുള്ളവരുടെ സംഭാഷണങ്ങളിലും അവ പ്രത്യക്ഷമാകാം. നേരെമറിച്ച്, പ്രായംകുറഞ്ഞവർ പ്രായമേറിയവരോടോ, കീഴാളർ മേലാളരോടോ സംസാരിക്കുമ്പോൾ പഴഞ്ചൊല്ലുകൾ പ്രയോഗിക്കുകയെന്നത് സർവസാധാരണമല്ല, പഴമൊഴികൾ കേൾക്കുന്നവരെക്കാൾ അവ പറയുന്നവർക്ക് മഹിമയും ഔന്നത്യവും കൂടുമെന്നത്രെ സങ്കല്പം.

സ്ത്രീകളുടെ സംഭാഷണങ്ങളിൽ പലപ്പോഴും പഴഞ്ചൊല്ലുകൾ ധാരാളം കടന്നുകൂടാറുണ്ട്. മേൽപ്രസ്താവിച്ച വിധമുള്ള പദവിയോ പ്രായപരിധിയോ അവർ പലപ്പോഴും ഗൗനിക്കാറില്ല. വിവാഹത്തോടെ സ്ത്രീകളുടെ സംഭാഷണങ്ങളിലും ജീവിതക്രമത്തിലും മറ്റും ഒരു കൂലീനഭാവവും പക്വതയും പരിചയജ്ഞാനഭാവവും വന്നുചേരുന്നുണ്ടെന്നതാണ് വാസ്തവം. പ്രായം കുറഞ്ഞ പല സ്ത്രീകളും ചിലപ്പോൾ വളരെ പ്രായമുള്ളവരെപ്പോലെ പെരുമാറുകയും സംസാരിക്കുകയും ചെയ്യുക പതിവാണ്. ഭർത്താവിനോട് സംസാരിക്കുമ്പോൾപോലും സ്ത്രീകൾ സന്ദർഭാനുഗുണം പഴഞ്ചൊല്ലുകൾ പ്രയോഗിച്ചുവരാറുണ്ട്. സ്ത്രീകളുടെ പഴഞ്ചൊല്ലുകളിൽ പലതും 'അമ്മായിപ്പഴമ'കളാണ് എന്ന് പറയുന്നത് അവയ്ക്ക് ശാസ്ത്രീയമായ അടിസ്ഥാനം കുറവായതുകൊണ്ടത്രെ.

4

പഴഞ്ചൊല്ലുകളുടെ സവിശേഷതകൾ

രൂപത്തിലും ഭാവത്തിലും ധർമ്മങ്ങളിലും പല സവിശേഷതകളും ഉള്ളവയാണ് പഴഞ്ചൊല്ലുകൾ. അർഥപൂർണ്ണങ്ങളായ ഈ ലഘുവാക്യങ്ങൾ വിജ്ഞാനപ്രദവും നർമ്മസമ്പുഷ്ടങ്ങളുമാണ്. പഴമൊഴികളിൽ ഒരു വിഭാഗം വസ്തുതാകഥനം മാത്രമാണെങ്കിലും, നല്ലൊരു ഭാഗം വ്യംഗ്യാർഥ ചമൽക്കാരം ഉൾക്കൊള്ളുന്നവയാണ്.

വസ്തുനിഷ്ഠത

വസ്തുവിന്റെ സ്വഭാവത്തെയോ, അവസ്ഥയെയോ വ്യക്തമാക്കുന്നവയാണ് പഴമൊഴികളിൽ ഒരിനം. വസ്തുനിഷ്ഠതയുടെ സൂചനാരൂപമാണ് അവയ്ക്കുള്ളത്. "വസ്തുനിഷ്ഠതയുടെ പ്രത്യക്ഷീകരണം അമൂർത്തമായ പദങ്ങളാലോ, നിദർശനപരമായ രൂപങ്ങളാലോ നേടാം". (31:122). 'ഒരു വെടിക്ക് രണ്ടു പക്ഷി' എന്നത് വസ്തുനിഷ്ഠമായ പ്രസ്താവനയാണ്. മൂർത്തമായ ആശയങ്ങളും പദങ്ങളുമാണ് അതിലുള്ളത്. 'ആളെത്തും മുമ്പേ നിഴലെത്തും', 'ആഴമുള്ളിടത്ത് അലയില്ല' എന്നിവയൊക്കെ മൂർത്തങ്ങളും വസ്തുനിഷ്ഠങ്ങളുമാണല്ലൊ. എന്നാൽ, 'അപായം വന്നാൽ ഉപായം വേണം' എന്ന ചൊല്ല് അമൂർത്തമാണ്.

'മഴ നിന്നാലും മരം പെയ്യും'

'ആനപ്പുറത്തിരിക്കുന്നവന് പട്ടിയെ പേടിക്കേണ്ട'

'താണനിലത്തിലേ നീരോടുകയുള്ളു'

എന്നിങ്ങനെ പഴഞ്ചൊല്ലുകളിൽ ദൃശ്യബിംബങ്ങൾ കുറച്ചൊന്നുമല്ല ഉള്ളത്.

നർമ്മരസികത

പഴഞ്ചൊല്ലുകൾ പൊതുവെ നർമ്മമധുരങ്ങളാണ്. 'ഏട്ടന്റനിയൻ കോന്തക്കുറുപ്പ്' എന്ന ചൊല്ല് രണ്ടുപേരുടെ സ്വഭാവത്തെയോ പ്രവൃത്തിയെയോ അവസ്ഥയെയോ താരതമ്യപ്പെടുത്തിക്കൊണ്ട് മൂന്നാമതൊരാൾ സംസാരിക്കുമ്പോൾ പ്രയോഗിക്കുന്നതാണ്. സന്ദർഭോചിതമായ സന്നിവേശം കൊണ്ടാണ് അതിൽ ഫലിതം തുളുമ്പുന്നത്. 'എണ്ണ കാണുമ്പം പുണ്ണുനാറും', 'എലിച്ചീന കാണുമ്പം പുളിച്ചീന വേണ്ട' എന്നിവയിലും നർമ്മരസം അനുഭവപ്പെടുന്നത് വിഷയസന്ദർഭാദികളുടെ ഔചിത്യം കൊണ്ടുതന്നെ. 'നായക്ക് സമുദ്രത്തിലെത്തിയാലും നക്കിക്കുടി' എന്ന ചൊല്ല്, നായയുടെ സ്വഭാവത്തിന്റെ ഒരുചിത്രം നൽകുന്നതോടൊപ്പം, എത്രയുണ്ടായാലും അല്പത്തരം മാറാത്തവരുടെ സ്വഭാവംകൂടി ഹാസ്യാത്മകമായി വരച്ചുകാട്ടുന്നു. ഇവിടെ നായയുടെയും മനുഷ്യന്റെയും കർമ്മസ്വഭാവങ്ങളെ താരതമ്യപ്പെടുത്തുമ്പോഴാണ് നർമ്മരസം ജനിക്കുന്നത്. 'നാലച്ചിയുള്ള നായർക്ക് നടുമുറ്റം ആധാരം' എന്ന ചൊല്ല് ബഹുഭാര്യമാരുള്ള ഒരു വ്യക്തിക്ക് വന്നുചേരാവുന്ന അവസ്ഥയെ ഹാസ്യാത്മകമായി ചിത്രീകരിക്കുകയും വിമർശിക്കുകയും ചെയ്യുന്നു. 'തകൃതി വായിലും തവിടു വയറ്റിലും' എന്ന ചൊല്ലിൽ, പട്ടിണി കിടന്നാലും തകൃതി വിടാത്ത മനുഷ്യരുടെ സ്വഭാവത്തെ നർമ്മമധുരമായി ചിത്രീകരിക്കുന്നു. 'തൂറിയോനെ പേറിയാ പേറിയോൻ നാറും' എന്നത് ചിരിക്കു വക നൽകുന്നത് അതിലെ മലവിസർജ്ജനം ചെയ്തവനെ വഹിക്കുക എന്ന ഹീനവൃത്തിയുടെ പരാമർശം കൊണ്ടാണ്. ചീത്തയായവനെ സഹായിച്ചാൽ സഹായിച്ചവനും ചീത്തയാകും എന്ന ആശയമാണ് ആ മൊഴിയുടെ വ്യംഗ്യാർഥമെങ്കിലും അതിലെ അഭിധാർഥമാണ് നർമ്മം ജനിപ്പിക്കുന്നത്. 'കുറുക്കൻ ചെന്നിടത്തെല്ലാം കൂക്കലും വിളിയും' എന്നത് സഭയിൽ ബഹളമുണ്ടാക്കുന്നവരെക്കുറിച്ചാണ് വ്യംഗ്യമര്യാദയിൽ പരാമർശിക്കുന്നതെങ്കിലും, കുറുനരികൾ ഓരിയിട്ട് അവയുടെ സാന്നിധ്യം അറിയിക്കുന്നതിന്റെ ബാഹ്യമായ ചിത്രീകരണമാണ് അതിൽ ധർമ്മം നിറയ്ക്കുന്നത്.

പഴഞ്ചൊല്ലുകളെ ഫലിതമയമാക്കാൻ സഹായിക്കുന്ന ഒരുപാധിയാണ് അത്യുക്തി. "കന്നിട്ട വയറ്റിൽ കുന്നിട്ടാലും തീരാ" "ആറുനാട്ടിൽ നൂറുഭാഷ", "കുന്തം പോയാൽ കുടത്തിലും തപ്പണം", തുടങ്ങിയ ചൊല്ലുകൾ അതിശയോക്തിപരങ്ങളാണ്. വിവക്ഷിതാർഥ ചിന്തനം കൊണ്ടുമാത്രമേ പഴമൊഴികളുടെ സ്വാഭാവികാർഥം ഗ്രഹിക്കാനാവൂ. ഗൗരവമേറിയ വ്യംഗ്യാർഥമുൾക്കൊള്ളുന്ന ചൊല്ലുകൾപോലും ബാഹ്യദൃഷ്ട്യാ അത്യുക്തിപരങ്ങളായിത്തോന്നാം. 'ചെമ്മീൻ തുള്ള്യാൽ മുട്ടോളം' എന്നിങ്ങനെയുള്ള ചില ചൊല്ലുകൾ അത്യുക്തിപരമല്ലെങ്കിലും, അവയിൽ നിന്ന് നർമ്മരസം അനുഭവപ്പെടുന്നുണ്ട്. ന്യൂനോക്തിയും നർമ്മത്തിനു കാരണമാകാം.

വ്യംഗ്യാർഥചമൽക്കാരം

വ്യംഗ്യാർഥചമൽക്കാരം പഴഞ്ചൊല്ലുകളുടെ ഒരു സവിശേഷതയാണ്. വാച്യാർഥത്തിനുപുറമെ വ്യംഗ്യമായ ഒരാശയം കൂടി മിക്ക ചൊല്ലുകളിലും അടങ്ങിയിരിക്കും. പലതിലും ആ വ്യംഗ്യാർഥത്തിനാണ് പ്രാധാന്യവും. 'കുളിച്ച കടവ് മറക്കരുത്' എന്ന ചൊല്ല് നോക്കുക. കഴിഞ്ഞ സംഭവങ്ങളും അനുഭവങ്ങളും പ്രവൃത്തികളും വിസ്മരിക്കുന്നവരോട് വ്യംഗ്യമര്യാദയിൽ ചെയ്യുന്ന ഉപദേശമാണത്. 'കാറ്ററിഞ്ഞു തൂറ്റണം' എന്നത് കർഷകർക്കെല്ലാം അറിയാവുന്ന വസ്തുതയാണെങ്കിലും, ആ വാച്യാർഥം മാത്രമല്ല അതിലൂടെ വ്യക്തമാകുന്നത്. സന്ദർഭത്തിനനുഗുണമായിട്ടുവേണം പ്രവർത്തിക്കാൻ എന്ന വ്യംഗ്യാർഥം ആ ചൊല്ല് കാഴ്ച വെയ്ക്കുന്നു. 'താൻ പിടിച്ച മുയലിന് കൊമ്പ് രണ്ട്' എന്ന പഴഞ്ചൊല്ലിൽ അഭിധാർഥത്തിന് ഒരു പ്രസക്തിയുമില്ല. തന്റെ വാക്കോ പ്രവൃത്തിയോ മാത്രമേ ശരിയുള്ളുവെന്ന് തർക്കിക്കുന്നവരുടെ സ്വഭാവത്തെയാണ്, അനാവരണം ചെയ്യുന്നത്. 'കുണ്ടിലുവീണാലും ഞമ്മേന്റെ കാല് മീതെ എന്ന പഴമൊഴിയിലും വ്യംഗ്യാർഥത്തിനാണ് പ്രാധാന്യം. അപകടം പിണഞ്ഞാലും അത് സംഭവിച്ചിട്ടില്ലെന്നും, പരാജയം സംഭവിച്ചാലും തോൽവി പിണഞ്ഞിട്ടില്ലെന്നും ഭാവിക്കുന്നവരുടെ സ്വഭാവത്തെയാണ് ഈ ചൊല്ലിലൂടെ വ്യക്തമാക്കുന്നത്. 'മോന്തായം വളഞ്ഞാൽ അറുപത്തിനാലും വളയും' എന്ന പഴഞ്ചൊല്ലിലും വാച്യാർഥത്തിന് പ്രാധാന്യമില്ല. പ്രയോഗ സന്ദർഭത്തിനനുസരിച്ച് അതിന്റെ വിവക്ഷിതാർഥവും മാറിമാറി വരും. നേതാവിന്റെ ദോഷം കൊണ്ട് അനുയായികൾ പിഴച്ചുപോകുന്നതിനെ സൂചിപ്പിക്കുവാൻ ഈ ചൊല്ല് ഉപയോഗിക്കാം. ഗുരുവിന്റെ പിടിപ്പുകേടുകൊണ്ട് ശിഷ്യന്മാർ ചീത്തയാകുന്നതും ഈ ചൊല്ലിലൂടെ സൂചിപ്പിക്കാം. ഗൃഹനാഥന്റെ കുറ്റമോ ശ്രദ്ധക്കുറവോ കൊണ്ട് കുടുംബാംഗങ്ങൾ മോശമായ അവസ്ഥയിലേക്ക് നീങ്ങുന്നതിനെപ്പറ്റി പറയുമ്പോഴും ഈ ചൊല്ലിന്റെ പ്രയോഗത്തിന് പ്രസക്തി കാണാം. വസ്തു സ്ഥിതിപരമായ ചൊല്ലുകളും ഇല്ലാതില്ല. എങ്കിലും, മിക്കതും ഭാവനയുടെ നറുമണം പുരണ്ടവയാണ്. എല്ലാ ജനവിഭാഗങ്ങളിലും സാർവത്രികമായി അത്തരം ചൊല്ലുകൾ രൂപം കൊള്ളണമെന്നില്ല. "ഭാവനാസൃഷ്ടമായ ചിന്തയുടെ പ്രതിഫലനമായ ഒരു യഥാർഥ പഴമൊഴിയുടെ സ്വച്ഛന്ദരൂപം നൽകുവാൻ എല്ലാ ജനങ്ങളുടെയും ജീവിതാനുഭവങ്ങൾ വിനിയോഗിക്കപ്പെടുന്നില്ലെ" (27:138)ന്നാണ് മനസിലാക്കേണ്ടത്.

"പഴഞ്ചൊല്ലിൽ പതിരില്ല' എന്നും, 'പണ്ടേ ചൊല്ലിന് പഴുതില്ലാ എന്നും പറയാറുണ്ട്. എന്നാൽ, പഴഞ്ചൊല്ലുകളിലെ സത്യത്തിന്റെ പ്രസ്താവന പലപ്പോഴും അപൂർണമായിരിക്കും. 'ഉണ്ണിയെക്കണ്ടാലറിയാം ഇല്ലത്തെ പുഷ്ടി', 'വൈദ്യരെ മക്കൾ (അമ്മ) പുഴുത്തിട്ടേ ചാകൂ' തുടങ്ങിയ ചൊല്ലുകൾ നിത്യസത്യങ്ങളല്ലല്ലോ. പഴഞ്ചൊല്ലുകൾ അതിശയോക്തിപരവും ആലങ്കാരികവുമാണെന്നതത്രെ (25:46) അതിനു കാര

ണം. എന്നു മാത്രമല്ല വാച്യാർഥത്തിൽ മാത്രമൊതുങ്ങാതെ, വ്യംഗ്യാർഥത്തിലേക്കു കൂടി വ്യാപിക്കുന്നതാണ് പഴഞ്ചൊല്ലുകളിലെ ആശയതലം.

ഔപമ്യം

നിത്യജീവിതത്തിലെ സവിശേഷ സന്ദർഭങ്ങളിൽ വാക്കുകൾക്ക് കൂടുതൽ ശക്തിയും ന്യായീകരണവും അർഥപുഷ്ടിയും വരുത്താനാണ് പഴഞ്ചൊല്ലുകൾ പ്രയോഗിക്കുന്നത്. പറയാനുദ്ദേശിക്കുന്ന കാര്യം നേരിട്ടു പ്രസ്താവിക്കാതെ, സമാനധർമ്മം ഉൾക്കൊള്ളുന്ന മറ്റൊരു പൊതുവാക്യമെടുത്തിടുന്നു. ആ പ്രസ്താവനയിൽനിന്ന് വക്താവിന്റെ വിവക്ഷ ശ്രോതാവിന് ഗ്രഹിക്കുവാൻ കഴിയും. അത് സാധിക്കുന്നത് പഴഞ്ചൊല്ലിന്റെ ഔപമ്യരൂപം കൊണ്ടത്രേ. എല്ലാ പഴമൊഴികൾക്കും ഈ സവിശേഷത അവകാശപ്പെട്ടുകൂടാ. എങ്കിലും പഴഞ്ചൊല്ലുകളിൽ പലതും ഔപമ്യധർമ്മം പ്രത്യക്ഷമായോ പരോക്ഷമായോ സൂചിപ്പിക്കുന്നവയാണെന്നു കാണാം. പഴഞ്ചൊൽ പ്രയോഗത്തിലെ ഒരു സവിശേഷ സ്വഭാവമാണ് ഈ ഔപമ്യധർമ്മമെന്നും, അത് തെളിവിനുള്ള ഒരു സമമൂല്യമായി വർത്തിക്കുന്നുവെന്നും (30:26) പറയേണ്ടതായുണ്ട്. 'മുറ്റത്തെ മുല്ലയ്ക്ക് മണമില്ല' എന്ന പഴഞ്ചൊല്ല് പരിശോധിക്കുക. സമീപസ്ഥരുടെ ഗുണം നാം അറിയുന്നില്ലെന്നാണ് അതിലെ വിവക്ഷിതാർഥം. 'അടുക്കളച്ചുമരിന് ചിത്രം വേണ്ട' എന്ന ചൊല്ല് എപ്പോഴും ഗൃഹജോലികളുമായി കഴിയുന്നവർക്ക് ഗുണമേറിയ വസ്ത്രാലങ്കാരാദികളും പ്രൗഢിയും ആവശ്യമില്ലെന്ന ആശയമാണ് സൂചിപ്പിക്കുന്നത്. പഴഞ്ചൊല്ലുകളിൽ നല്ലൊരുഭാഗം ഇപ്രകാരം പ്രസ്തുതത്തെ അപ്രസ്തുതം കൊണ്ട് വ്യക്തമാക്കുന്നവയാണ്. 'പൊന്നിൻകുടത്തിന് പൊട്ടുവേണ്ട' എന്ന ചൊല്ലിലെ ബാഹ്യവും അപ്രസ്തുതവുമായ അർഥംതന്നെ രസനീയമാണ്. കായമനോഗുണങ്ങളുള്ളവർക്ക് മറ്റ് ബാഹ്യാലങ്കാരങ്ങളോ പ്രശംസകളോ ആവശ്യമില്ലെന്ന സാമാന്യതത്ത്വമാണ് ആ ചൊല്ലിൽ അടങ്ങിയിരിക്കുന്നത്.

ഒരുതരത്തിൽ ചിന്തിച്ചാൽ സാധർമ്മ്യസമർത്ഥനം ഇവിടെ നടക്കുന്നുണ്ട്. പക്ഷേ, അർഥാന്തരന്യാസത്തിലെന്നപോലെ വിശേഷസാമാന്യ പ്രസ്താവനകൾ ഒരേ സമയത്ത് നടക്കുന്നില്ല എന്നത് ശ്രദ്ധേയമാണ്. പഴഞ്ചൊല്ലുകളിൽ ഒരുഭാഗം, സാമാന്യപ്രസ്താവനയിലൂടെ പ്രസ്തുതമായ വിശേഷാർഥത്തിലേയ്ക്ക് വിരൽ ചൂണ്ടുന്നവയാണ്. എന്നാൽ, വിശേഷപ്രസ്താവത്തിലൂടെ സാമാന്യത്തിലേയ്ക്ക് നയിക്കുന്ന ചൊല്ലുകൾ കുറവല്ല. 'അണ്ണാൻ മൂത്താലും മരംകേറ്റം മറക്കില്ല' എന്ന ചൊല്ല് ചെറുപ്പത്തിൽ പഠിച്ചത് പ്രായമാകുമ്പോൾ മറക്കുകയില്ലെന്ന സാമാന്യാർഥമാണ് സംഭാവനചെയ്യുന്നത്. 'അണ്ടിയോടടുത്താലേ മാങ്ങയുടെ പുളിയറിയൂ' എന്നത്, അനുഭവത്തിലൂടെ അറിയാവുന്ന സത്യമാണെങ്കിലും, കാര്യത്തോട് അടുക്കുമ്പോൾ മാത്രമേ ആളുകളുടെ തനിനിറം മനസിലാവുകയുള്ളൂ എന്ന സാമാന്യതത്ത്വം വെളിവാക്കുകയാണ് ചെയ്യുന്നത്. 'വൈദ്യനു വൈദ്യനെ കണ്ടുകൂടാ' എന്ന ചൊല്ല് വൈദ്യ

ന്മാരെക്കുറിച്ച് മാത്രമുള്ളതല്ല. ഒരേ തൊഴിലിൽ ഏർപ്പെട്ടിരിക്കുന്നവർക്ക് പരസ്പരവിരോധമുണ്ടാകുമെന്ന സാമാന്യതത്വമാണ് ആ ചൊല്ലിലൂടെ ആവിഷ്കരിച്ചിട്ടുള്ളത്.

'വാഴയ്ക്ക് നനച്ചാൽ ചീരയും നനയും' എന്ന ചൊല്ല് വാഴക്കൃഷിയും ചീരക്കൃഷിയും തമ്മിലുള്ള ബന്ധത്തെ മാത്രമല്ല സൂചിപ്പിക്കുന്നത്. വലിയവരോടൊപ്പം ചെറിയവരുടെ ജീവിതം കഴിയുമെന്ന ആശയംകൂടി അതിൽ അടങ്ങിയിരിക്കുന്നു. സംഭാഷണ സന്ദർഭമനുസരിച്ച് ഇത്തരം ചൊല്ലുകളുടെ വിവക്ഷിതാർഥത്തിന് ചില്ലറ ചില മാറ്റങ്ങൾ സംഭവിക്കുമെന്നുകൂടി ഓർമിക്കണം. ഒരു കുടുംബത്തിന്റെ കാര്യം പറയുമ്പോഴാണ് മേൽപ്പറഞ്ഞ ചൊല്ല് പ്രയോഗിക്കുന്നതെങ്കിൽ, കുറേപ്പേരടങ്ങിയ ആ കുടുംബത്തിന്റെ ചിലവോടൊപ്പം മറ്റൊരാളുടെ ചെലവുകൂടി കഴിയുമെന്ന് അർഥം ലഭിക്കും. യജമാനനെയും ഭൃത്യനെയും കുറിച്ചോ, മുതിർന്നവരെയും കുട്ടികളെയും കുറിച്ചോ ആണ് പറയുന്നതെങ്കിൽ വിവക്ഷിതാർഥത്തിൽ നേരിയ വ്യത്യാസം വരാം.

സാമാന്യപ്രസ്താവനകളെന്നു തോന്നിക്കുന്ന ചില പഴഞ്ചൊല്ലുകൾ വീണ്ടും മറ്റൊരു സാമാന്യതത്വത്തിലേക്ക് നയിക്കുന്നതായി കാണാം. 'പല നാൾ കട്ടാൽ ഒരു നാൾ കുടുങ്ങും' എന്ന പ്രസ്താവന, പല പ്രാവശ്യം തെറ്റു ചെയ്യുന്ന ആൾ ഒരിക്കൽ ശിക്ഷിക്കപ്പെടും എന്ന മറ്റൊരു സാമാന്യ പ്രസ്താവനയിലേക്കാണ് നയിക്കുന്നത്. ഇത്തരം പഴഞ്ചൊല്ലും, അവ ഭാവനചെയ്യുന്ന അപ്രസ്തുതവാക്യവും തമ്മിൽ ബിംബപ്രതിബിംബഭാവമാണുള്ളതെന്ന് മറ്റൊരുവിധത്തിൽ പറയാം. 'കലത്തിൽ നിന്നു പോയാൽ കഞ്ഞിക്കലത്തിൽ' എന്ന പഴഞ്ചൊല്ല് അടുക്കളയുടെ പശ്ചാത്തലത്തിൽ ജനിച്ചതാണെങ്കിലും, സാമാന്യമായ ഒരർഥത്തിലേക്കാണ് അത് എത്തിച്ചേരുന്നത്. ഒരു വ്യക്തിയുടെയോ കുടുംബത്തിന്റെയോ ധനം തൊട്ടടുത്ത മറ്റൊരു വ്യക്തിക്കോ കുടുംബശാഖയ്ക്കോ നൽകുന്നതിനെപ്പറ്റി പറയുമ്പോൾ ഈ ചൊല്ല് പ്രയോഗിക്കാറുണ്ട്. ഇതിനു സമാനമായ ഒരു ചൊല്ലാണ് 'കുളത്തിൽ നിന്നെടുത്ത് കിണറ്റിലിട്ടു' എന്നത്. ഒരു പ്രയാസത്തിൽ നിന്ന് മോചനം നേടുന്നതിനു പകരം മറ്റൊരു പ്രയാസത്തിൽ ചെന്നുചാടുന്നതിനെ സൂചിപ്പിക്കുവാൻ ഈ ചൊല്ല് പ്രയോഗിക്കാറുണ്ട്. 'അട്ടയെപ്പിടിച്ചു മെത്തയിൽ കിടത്തിയാൽ അത് കുപ്പയിൽ പോകും' എന്ന പഴമൊഴിയിലും വിശേഷമായ വാച്യാർഥത്തിനേക്കാൾ വ്യംഗ്യാർഥത്തിനാണ് പ്രാധാന്യം. 'അടക്ക കട്ടാൽ മടീല് വെക്കാം, ആന കട്ടാലോ?' എന്ന ചൊല്ലിൽ, ചെറിയ തെറ്റു ശ്രദ്ധിക്കാതെ പോകാമെങ്കിലും വലിയ തെറ്റ് കാണാതെ പോകയില്ലെന്ന വസ്തുതയാണ് അനാവരണം ചെയ്യുന്നത്. 'അടക്ക കട്ടാലും ആന കട്ടാലും പേര് കള്ളനെന്ന്' എന്ന പഴഞ്ചൊല്ലാകട്ടെ, തെറ്റ് ചെറുതായാലും വലുതായാലും തെറ്റു തെറ്റുതന്നെയെന്ന ആശയം ഉൾക്കൊള്ളുന്നതാണ്. ചുരുക്കത്തിൽ പഴഞ്ചൊല്ലുകളിലെ സാധർമ്മ്യസമർഥനം സാമാന്യത്തിൽ നിന്ന് വിശേഷത്തിലേക്കോ, വിശേഷത്തിൽനിന്ന് സാമാന്യത്തിലേക്കോ, ഒരു സാമാ

ന്യത്തിൽനിന്ന് മറ്റൊരു സാമാന്യത്തിലേക്കോ നയിക്കുന്നതാകാം.

ചില പഴഞ്ചൊല്ലുകൾ ദൃഷ്ടാന്തരൂപത്തിലുള്ളതായിക്കാണാം.

'അമ്മയ്ക്കടങ്ങാത്ത മകളും
അമ്മിക്കടങ്ങാത്ത കുട്ടിയും'

എന്ന ചൊല്ല് അത്തരത്തിലുള്ളതാണ്. വാസ്തവ പ്രസ്താവങ്ങളായ ചില ചൊല്ലുകൾക്ക് സാമ്യമൂലകമായ ഉപമയുടെ ഭംഗി കാണാം.

'മൂത്തോറെ വാക്കും മുതുനെല്ലിക്കയും
ആദ്യം ചവർക്കും പിന്നെ മതൃക്കും',

'മക്കളെക്കണ്ടും മാമ്പൂകണ്ടും കൊതിക്കരുത്'

എന്നിവയെപ്പോലെ വാചകലുപ്തമായ ഉപമിതമൊഴികളായിട്ടാണ് അത്തരം ചൊല്ലുകൾ കാണപ്പെടുന്നത്. ആദ്യത്തേതിൽ, മൂത്തോരുടെ വാക്കിനും മുതുനെല്ലിക്കയ്ക്കും ആദ്യം ചവർക്കുക, പിന്നെ മധുരിക്കുക എന്നീ ധർമ്മങ്ങളുടെ അടിസ്ഥാനത്തിൽ സാമ്യം കല്പിക്കപ്പെട്ടിരിക്കുന്നു. രണ്ടാമത്തെ ചൊല്ലിൽ മക്കൾക്കും മാമ്പൂവിനും തമ്മിലാണ് സാദൃശ്യം.

പ്രാദേശികത്തനിമ

നാട്ടറിവിന്റെ പൊതുവായ സവിശേഷതകളിലൊന്നാണ് പ്രാദേശികത്തനിമ. ഒരു ദേശത്തുണ്ടാകുന്ന വാങ്മയങ്ങൾക്ക് ഭാഷാപരമായി മാത്രമല്ല, ആശയപരമായും, സാംസ്കാരികമായും ആ പ്രദേശവുമായി അഭേദ്യബന്ധം കാണും. പഴഞ്ചൊല്ലുകളെ സംബന്ധിച്ചും ഈ തത്വം അംഗീകരിക്കാതെ നിർവാഹമില്ല. മലയാളത്തിലെ പഴഞ്ചൊല്ലുകൾ പരിശോധിച്ചാൽ ഇവിടെ നിലനിന്നിരുന്ന കാർഷികവൃത്തി, നായാട്ട്, കളരി സംസ്കാരം, മത്സ്യബന്ധനം, ഉത്സവാഘോഷങ്ങൾ, കലാപ്രകടനങ്ങൾ, വ്രതാനുഷ്ഠാനങ്ങൾ, വിശ്വാസങ്ങൾ, വിലക്കുകൾ, ഭക്ഷണപാനീയങ്ങൾ, ഭൂപ്രകൃതി, കാലാവസ്ഥ, പാരമ്പര്യത്തൊഴിലുകൾ തുടങ്ങിയ രംഗങ്ങളെല്ലാം അവയിൽ പ്രതിഫലിക്കുന്നുണ്ടെന്ന് വ്യക്തമാകും.

ഇവിടെ കൂടുതൽ കണ്ടുവരുന്ന പക്ഷിമൃഗാദികളുടെയും മറ്റു തിര്യക്കുകളുടെയും പരാമർശം പഴഞ്ചൊല്ലുകളിൽ കാണാതിരിക്കില്ല. ചക്ക്, കൊക്ക്, മുയൽ, എരുമ, നായ, പൂച്ച, കോഴി, ഞണ്ട്, പെരിച്ചായി തൊട്ടുള്ള ജീവികൾ പഴമൊഴികളുടെ പ്രാദേശികത്തനിമയെ സൂചിപ്പിക്കുന്നവയാണ്. മാവ്, പ്ലാവ്, നാരകം, കൊന്ന, മരുത്, കോളി, തെങ്ങ്, കവുങ്ങ് തുടങ്ങിയ വൃക്ഷങ്ങളുടെ പരാമർശം നമ്മുടെ പഴഞ്ചൊല്ലുകളിലുണ്ട്. താള്, തവര, ചക്ക, ചുക്ക്, ചക്കര, വെല്ലം എന്നിവയും മൊഴികളിൽ കടന്നുകൂടിയിട്ടുണ്ട്. പുത്തരി, ഓണം, വിഷു, നിറ, തുലാപ്പത്ത്, പൂരം, തിരുവാതിര, സംക്രമം തുടങ്ങിയവയും കാണാം. ചാമുണ്ഡി, പൂതം, കോലം, പൂരക്കളി, പോതി (ഭഗവതി) തൊട്ടുള്ള പദങ്ങൾ ഉത്തര കേരളത്തിന്റെ നാടൻ കലാസംസ്കൃതിയുമായി ബന്ധപ്പെടുന്നവയാണ്.

കേരളത്തിലെ ജാതിവ്യവസ്ഥയുടെയും അയിത്താചാരത്തിന്റെയും സ്വഭാവം പഴഞ്ചൊല്ലുകളിൽ കണ്ടില്ലെങ്കിലേ അത്ഭുതമുള്ളൂ. പറയൻ,

മുക്കുവൻ, തട്ടാൻ, മാരയാൻ, തീയൻ, പട്ടർ, പള്ളിച്ചാൻ, പുള്ളുവൻ, വണ്ണാൻ, പാട്ടി(പാണൻ), വാരിയർ, എമ്പ്രാൻ, വാണിയർ, കണിയാൻ, ചാലിയൻ, വേലൻ, ചാക്കിയാർ തുടങ്ങിയ ജാതിസംജ്ഞകൾ പ്രാദേശികത്തനിമയ്ക്ക് തെളിവാണല്ലൊ.

രാജവംശങ്ങളുടെ പരാമർശങ്ങളും പഴഞ്ചൊല്ലുകളിലുണ്ട്. ഏതെങ്കിലും കാര്യത്തിൽ ഒരു പക്ഷക്കാർമാത്രം സമ്മതിക്കുകയും മറുപക്ഷം സമ്മതിക്കാതിരിക്കുകയും ചെയ്യുമ്പോൾ 'അറക്കൽകെട്ടാൻ പാതിസമ്മതം' എന്ന പഴഞ്ചൊല്ല് പറയും. പല ആളുകളെ കാണാതെ, ഒരാളെമാത്രം കണ്ടാൽ കാര്യം സാധിക്കുമെന്ന് പറയേണ്ടിടത്ത് 'ചിറക്കതൊവ്താ പരക്ക തൊവ്വണ്ട' എന്ന് പറയുക പതിവായിരുന്നു. കീഴാളനായ ഒരുവനെ മേലാളനായ ഒരാൾ ചീത്ത പറയുവാൻ ഭാവിക്കുമ്പോൾ 'കാലിയാച്ചെക്കൻ്റച്ചന പറഞ്ഞാ കോലത്തമ്പുരാൻ്റച്ചന കേൾക്ക' എന്നു പറഞ്ഞുവരാറുണ്ടായിരുന്നു. മറ്റു വാങ്മയങ്ങളെപ്പോലെ പഴഞ്ചൊല്ലുകളും ചരിത്രസൂചനകൾ പലതും അടങ്ങുന്നവയാണ്.

നമ്മുടെ പഴഞ്ചൊല്ലുകളിൽ സ്ഥലനാമസൂചനകൾ കാണുന്നുണ്ട്. പ്രാദേശികത്തനിമകളെയാണ് അതും വ്യക്തമാക്കുന്നത്.

'കാഞ്ഞരങ്ങാട്ട്* തൊവ്വുന്തോറും
മനോവ്യാധി കൂടിക്കൂടി,'

'ഗുരുവായൂരപ്പന വിളിക്കൂം വേണം
കുറുന്തോട്ടി പറിക്കൂം വേണം,'

'പടപേടിച്ച് പന്തളത്തുപോകുമ്പം
അവിടെ പന്തം കൊളുത്തിപ്പട'

'കൊല്ലം കണ്ടാലില്ലംവേണ്ട.'

എന്നിങ്ങനെ സ്ഥലപ്പേരുകളോ ക്ഷേത്രനാമങ്ങളോ സൂചിപ്പിക്കുന്ന ചൊല്ലുകൾ ഉണ്ട്. വരിവളഞ്ഞ് എഴുതുമ്പോൾ, 'കൊച്ചീന്ന് കൊയിലാണ്ടിക്ക്' എന്ന പഴമൊഴി പറഞ്ഞാൽ കാര്യം ഗ്രഹിക്കാൻ കഴിയുമല്ലൊ.

അമ്പലം, ശാന്തി, സമുദായം, ഊട്ട് തുടങ്ങി കേരളത്തിന്റെ പ്രാക്തന ചരിത്രവും സംസ്കാരവുമായി ബന്ധപ്പെട്ട അനേകം പരാമർശങ്ങൾ മലയാളപ്പഴഞ്ചൊല്ലുകളിൽ പ്രത്യക്ഷപ്പെടുന്നുണ്ട്. ഇവയെല്ലാം നമ്മുടെ പഴഞ്ചൊല്ലുകളുടെ പ്രാദേശികത്തനിമയല്ലാതെ മറ്റെന്താണ് സൂചിപ്പിക്കുന്നത്.

---

* ഉത്തരകേരളത്തിലെ തളിപ്പറമ്പിനുസമീപമുള്ള ഒരു ശിവക്ഷേത്രം

5

ശൈലി, ന്യായം, അമ്മായിശാസ്ത്രം

ശൈലികൾ, ന്യായങ്ങൾ, അമ്മായിപ്പഴമകൾ എന്നിവയെല്ലാം ഒരർഥത്തിൽ 'പഴഞ്ചൊല്ലുകൾ' തന്നെയാണെന്ന് കരുതാം. പഴഞ്ചൊല്ലുകളുടെ ധർമ്മം പലപ്പോഴും ഇവയും നിർവഹിക്കുന്നുണ്ട്. അതിനാൽ, ഇവയെ പഴമൊഴികളിൽനിന്ന് വേർതിരിച്ചു കാണാൻതന്നെ കഴിഞ്ഞില്ലെന്നുവരാം.

പഴമൊഴിശൈലികൾ

ശീലത്തിൽനിന്ന് ജനിക്കുന്നവയാണ് ശൈലി. 'വാച്യമായ അക്ഷരാർഥത്തിന്നുപരിയായി ലക്ഷ്യമോ വ്യംഗ്യമോ ആയ അർഥം വഹിക്കുന്ന' വാചകങ്ങളാണവ. ശൈലികളിൽ പലതിനും സാഹിത്യലോകത്തിൽ പ്രവേശം ലഭിച്ചിട്ടുണ്ട്. എന്നാൽ, സാഹിത്യലോകത്തിൽ കടന്നുചെല്ലാത്ത ഗ്രാമീണശൈലികൾ എത്രയോ കാണാം. 'ഉണ്ടചോറിൽ മണ്ണിടുക', 'കുളിച്ച കടവ് മറക്കുക', 'അറുത്ത കൈക്ക് ഉപ്പു തേക്കാതിരിക്കുക' തുടങ്ങിയ വാങ്മയങ്ങൾ പഴമൊഴിയായും ശൈലിയായും പരിഗണിക്കാറുണ്ടല്ലൊ.

ഉപമേയലുപ്തമായ അനേകം ശൈലീമൊഴികൾ നാം സംഭാഷണത്തിൽ പ്രയോഗിക്കാറുണ്ട്. പഴഞ്ചൊല്ലുകളുടെ പ്രയുക്തിപോലെതന്നെയാണ് ഇവയും കൈകാര്യം ചെയ്യുന്നത്.

'കടന്നൽകൂട്ടിൽ കല്ലിട്ടപോലെ'
'കുരങ്ങുചത്ത കുറവനെപ്പോലെ'
'അണ്ടികടിച്ച അണ്ണാനെപ്പോലെ'
'ആടുമേഞ്ഞ കാടുപോലെ'
'പോന്ത കടിച്ച മൂരിയെപ്പോലെ'

'ചങ്ങലാട്ടയും തുടവും പോലെ'
'ചക്ക കണ്ട ചാലിയനെപ്പോലെ'

എന്നിങ്ങനെയുള്ള ഉപമകൾ അതിനു തെളിവാണ്. 'വയനാട്ടിലെ മോര് പോലെ' എന്ന മൊഴിയിൽ, പ്രതിഫലത്തിനുവേണ്ടിയോ പ്രതിഫലമില്ലാതെയോ ഒരുതരത്തിലും സഹായിക്കാത്ത സ്വഭാവത്തെയാണ് സൂചിപ്പിക്കുന്നത്. വയനാട്ടിൽ മോര് വെറുതെയോ വിലയ്ക്കോ കൊടുക്കുന്ന പതിവില്ലായിരുന്നുവെന്നാണ് പറയപ്പെടുന്നത്. 'വെള്ളരിയിൽ കുറുക്കൻ കടന്നതുപോലെ' എന്നൊരു ചൊല്ല് ഉത്തരകേരളത്തിലുണ്ട്. സമൂഹത്തിൽ കുഴപ്പം സൃഷ്ടിക്കുന്നതിനെയാണ് അത് സൂചിപ്പിക്കുന്നത്. 'ചുക്കാനില്ലാത്ത തോണിപോലെ' എന്നത് നാഥനില്ലാത്ത അവസ്ഥയെയും. 'ചളിയിൽ കുത്തിയ നാട്ടപോലെ' എന്നത് മനസ്സിന്റെ ചാപല്യത്തെയും, 'കയ്യാലപ്പുറത്തെ തേങ്ങപോലെ' എന്നത് സന്ദിഗ്ധാവസ്ഥയെയും സൂചിപ്പിക്കുന്നവയത്രെ. 'സമുദ്രത്തിൽ കായംകലക്കിയപോലെ' എന്ന മൊഴി, ചെയ്യുന്ന ചെറിയ പ്രവൃത്തിയുടെ നിഷ്ഫലതയെയാണ് വ്യക്തമാക്കുന്നത്. നിഷ്പ്രയോജനകരമായ കാര്യങ്ങളിൽ ഏർപ്പെട്ടിട്ടു കാര്യമില്ലല്ലോ. നമ്മുടെ വാക്കും പ്രവൃത്തിയും 'താളാംചപ്പിലയിലൊഴിച്ച വെള്ളം പോലെ' ആകരുത്. 'വെള്ളത്തിൽ വരച്ച വരപോലെ'യാണത്. 'ചക്കപുല്ലിൽ കൊത്തിയപോലെ' ജീവിതം താറുമാറാകരുത്. 'ആവണക്കെണ്ണകൊണ്ട് ശൗചിച്ചപോലെ'യാകരുത് നമ്മുടെ പെരുമാറ്റം. ഇത്തിക്കണ്ണികൾ കയറി മരംതന്നെ കാണാതായ അവസ്ഥയുടെ ചിത്രമാണ് 'കോളികേറിയ മരംപോലെ' എന്നതിൽനിന്ന് ലഭിക്കുന്നത്. ബാഹ്യമായ പലതിന്റെയും സ്വാധീനം കൊണ്ട് യഥാർഥവസ്തുവിന്റെ തനിമതന്നെ നഷ്ടപ്പെടുന്നതിനെയാണ് അതിലെ വ്യംഗ്യാർഥം സൂചിപ്പിക്കുന്നത്. വിഭിന്ന സ്വഭാവമുള്ള രണ്ട് വ്യക്തികളെയോ വസ്തുക്കളെയോക്കുറിച്ചു പറയുമ്പോൾ 'കടലും കടലാടിയുംപോലെ' എന്ന് പ്രയോഗിക്കാറുണ്ട്.

'വടേശ്വരത്തെ കാക്കയെപ്പോലെ', 'മട്ടലായിമുച്ചനെപ്പോലെ', 'പരദേശിയുടെ സാക്ഷിപോലെ' എന്നീ ശൈലീമൊഴികൾ അത്യുത്തരകേരളത്തിൽ പ്രാചുര്യത്തിലുള്ളവയാണ്. അവയ്ക്കു പിറകിൽ ചില കഥകളുണ്ട്. അവ കൂടി ഗ്രഹിച്ചാലേ, ആ മൊഴികളിലെ രസികത പൂർണമായും ആസ്വദിക്കാനാവൂ. വടേശ്വരം, ചെറുകുന്ന് എന്നീ ക്ഷേത്രങ്ങളിൽ ഉച്ചയ്ക്ക് ഊട്ടുകഴിഞ്ഞാൽ കാക്കയ്ക്ക് ഭക്ഷണം കിട്ടും. അതിനുവേണ്ടി കാക്ക അങ്ങോട്ടുമിങ്ങോട്ടും സഞ്ചരിക്കും. ഒടുവിൽ, രണ്ടുദിക്കിൽ നിന്നും ഭക്ഷണം ലഭിക്കാതെയും വരും. അതുപോലെ, രണ്ടു കാര്യങ്ങൾ ഒരേ സമയത്ത് നേടുവാൻ ശ്രമിക്കുമ്പോൾ, ഒന്നും നേടാനാവാതെ അലച്ചിൽമാത്രം അനുഭവപ്പെടുന്നു. 'വടേശ്വരത്തെ കാക്കയെപ്പോലെ' എന്ന മൊഴിയിലൂടെ ഈ അവസ്ഥയാണ് വ്യക്തമാക്കുന്നത്. ഒരാളുടെ വാക്കോ പ്രവൃത്തിയോ മറ്റുള്ളവർക്ക് അനുകൂലമോ പ്രതികൂലമോ ആവാത്ത അവസ്ഥയെയാണ് 'പരദേശിയുടെ സാക്ഷിപോലെ' എന്ന ശൈലീമൊഴി

സൂചിപ്പിക്കുന്നത്. മുതലയില്ലെങ്കിലും മുതലപിടിക്കുന്നുവെന്ന് പറഞ്ഞ് ബഹളം കൂട്ടുന്ന ഒരലക്കുകാരന് ഒടുവിൽ മുതലവന്ന് പിടികൂടിയപ്പോൾ ബഹളം കേട്ട് രക്ഷിക്കുവാൻ ആരും വരാതിരുന്ന അവസ്ഥയാണ് ഉണ്ടായത്. അതിന്റെ ചിത്രീകരണമാണ് 'വണ്ണാത്താന്റെ മുതലപിടിപോലെ' എന്ന മൊഴിയിൽ അടങ്ങിയിട്ടുള്ളത്. 'കുറവൻ ചുമച്ചപോലെ' എന്ന മൊഴിയുടെ പിറകിലും ഒരു കഥയുണ്ട്. സദ്യനടക്കുന്ന ഒരു വീട്ടിൽ ചെന്ന കുറവൻ പഴക്കുല കണ്ട് അതിൽനിന്ന് പഴം വേണമെന്ന് ആഗ്രഹിച്ചു. ആരും അവനെ ശ്രദ്ധിക്കാതിരുന്നപ്പോൾ അവൻ ചുമച്ചു. അപ്പോൾ ആളുകൾ വന്ന് കാര്യമന്വേഷിച്ചു. പക്ഷേ, പഴത്തിന് കൊതിച്ച അവൻ 'ഇത്തിരി തീ വേണം' എന്നേ ആവശ്യപ്പെട്ടുള്ളൂ. പലപ്പോഴും മനുഷ്യരുടെ പ്രവർത്തനം ഇപ്രകാരമായിപ്പോകാറുണ്ടല്ലോ.

'ചൂട്ടകണ്ട മുയലിനെപ്പോലെ', 'പന്തം കണ്ട പെരുച്ചാഴിയെപ്പോലെ' എന്നിവ മനുഷ്യർക്കുണ്ടാകുന്ന വിഭ്രാന്തിയെയാണ് സൂചിപ്പിക്കുന്നത്. 'കൂറ കപ്പലിൽ പോയപോലെ' എന്ന പ്രയോഗം പ്രശസ്തമാണല്ലോ. യാത്രയുടെ നിരർഥകതയാണ് അതിൽ സൂചിപ്പിക്കുന്നത്. 'ആലി നാഗപുരത്തുപോയപോലെ' എന്നതിലെ വ്യംഗ്യാർഥവും അതുതന്നെ.

'കണ്ണാമ്പാളകെട്ടിയ മലയനെപ്പോലെ', 'മുടിയെടുത്ത വണ്ണാനെപ്പോലെ', 'കുളിയൻ കുഞ്ഞിനെ പോറ്റുംപോലെ' എന്നിവയിലും മാനുഷികമായ ചില പെരുമാറ്റങ്ങളെയും സ്വഭാവങ്ങളെയുമാണ് ആവിഷ്കരിച്ചിട്ടുള്ളത്. 'കുളിയൻ കുഞ്ഞിനെ പോറ്റുംപോലെ' എന്നതിൽ നൈമിഷികമായ വാത്സല്യപ്രകടനമാണ് സൂചിപ്പിക്കുന്നത്. പ്രതിയോഗിയുടെ ചോദ്യത്തിന് ഉത്തരം പറയാൻ കഴിയാതെ വരുമ്പോൾ മറ്റൊരു ചോദ്യം ചോദിച്ച് പ്രതിയോഗിയെ നിശ്ശബ്ദനാക്കുന്ന പതിവ് പൂരക്കളിയിലെ 'മറത്തുകളി'യിൽ പതിവുള്ളതാണ്. 'പൂരക്കളിപ്പണിക്കരെ ചോദ്യംപോലെ' എന്ന മൊഴി ആ പശ്ചാത്തലത്തിൽ ഉണ്ടായതത്രെ.

'പൊന്ത് വെള്ളത്തിലിട്ടപോലെ'
'പീരക്ക ഉടച്ചതുപോലെ'
'ചെറുവിരൽ കണ്ണിൽക്കൊണ്ടതുപോലെ'
'മുള്ള്മ്മല് നിക്കുംപോലെ'

എന്നിങ്ങനെ, ഗ്രാമീണ ശൈലീമൊഴികൾ ഇനിയും എത്രയോ എടുത്തു പറയാനുണ്ട്.

'പോലെ' എന്നു ചേർത്തുകൊണ്ടുള്ള ഇത്തരം മൊഴികൾ ഉത്തരകേരളത്തിൽ പ്രാചുര്യം നേടിയിട്ടുണ്ട്. കോട്ടയം, ചങ്ങനാശ്ശേരി തുടങ്ങിയ പ്രദേശങ്ങളിൽ 'കൂട്ട്' എന്നാണ് കൂടുതൽ പ്രയോഗിച്ചുകാണുന്നത്.

'ചാകരകണ്ട മുക്കുവന്റെ കൂട്ട്'
'പാമ്പുചത്ത പാമ്പാട്ടിയുടെ കൂട്ട്'
'അമ്പട്ടൻ ചെമ്പട്ടുടുത്ത കൂട്ട്'

എന്നിവ അതിന് ഉദാഹരണങ്ങൾ.

മേൽപ്പറഞ്ഞവിധമുള്ള ഉപമകൾ പഴഞ്ചൊല്ലുകളിൽ പെടുമെന്നൊരു പക്ഷമുണ്ട്. ഈ മാതൃകയിലുള്ള ചൊല്ലുകൾ മഹാകവി ഉള്ളൂർ എടുത്തുപറഞ്ഞിട്ടുണ്ട് (10:502). ഉപമേയലുപ്തമായ ഇത്തരം വാങ്മയങ്ങളെ 'അങ്ങാടിമരുന്നോ പച്ച മരുന്നോ' എന്ന് തിരിച്ചറിയാൻ പലർക്കും കഴിഞ്ഞിട്ടില്ല. ഏതായാലും, ഇത്തരം ചൊല്ലുകൾ കേവലം പഴഞ്ചൊല്ലുകളായി പരിഗണിക്കാൻ പ്രയാസമുണ്ടാകും. ഇവയെ 'പഴമൊഴി ശൈലി'കളായി കണക്കാക്കാവുന്നതാണ്.

ലൗകികന്യായങ്ങൾ

ജീവിതതത്വങ്ങൾ വെളിപ്പെടുത്താൻ സഹായിക്കുന്നവയാണ് ന്യായങ്ങൾ. 'സംസ്കൃത ഭാഷയിലെ പഴമൊഴി' (9:934) എന്ന് അതിനെ വിശേഷിപ്പിച്ചു കാണുന്നു. മലയാളത്തിൽ പല ലൗകിക ന്യായങ്ങളും 'പഴമൊഴിശൈലി'യുടെ സ്വഭാവത്തിലുള്ളവയാണ്. വ്യവഹാരഭാഷയിലാണ് ന്യായങ്ങൾ രൂപംകൊള്ളുന്നതെങ്കിലും അവ ഉത്കൃഷ്ടസാഹിത്യത്തിൽ സ്ഥാനം പിടിച്ചു കഴിഞ്ഞിട്ടുണ്ട്. ആശയസ്ഥാപനത്തിനും സമർത്ഥനത്തിനുമാണ് ന്യായങ്ങൾ പ്രയോഗിക്കുന്നത്. സംസ്കൃതഭാഷാബന്ധംകൊണ്ടാണ് ന്യായങ്ങൾ മലയാളത്തിൽ ശക്തിപ്രാപിച്ചതെന്ന് കരുതപ്പെടുന്നു. മലയാളത്തിൽ ലൗകികന്യായങ്ങൾ പ്രാചുര്യത്തിലുണ്ട്.

സംസ്കൃതത്തിലെ പല ന്യായങ്ങളും മലയാളത്തിൽ 'പഴമൊഴി ശൈലി'യുടെ രൂപത്തിലായിത്തീർന്നിട്ടുണ്ട്. നിരക്ഷീരന്യായം (പാലും വെള്ളവുംപോലെ), അന്ധഗജന്യായം (കുരുടൻ ആനയെ കണ്ടതുപോലെ), കൂപമണ്ഡൂകന്യായം (കിണറ്റിലെ തവളയെപ്പോലെ), കാളമൂത്രവിസർജനന്യായം (കാളമൂത്രം പോലെ), അജഗജന്യായം (ആടും ആനയും പോലെ), അഗ്നിജലന്യായം (തീയും വെള്ളവും പോലെ), ചതുർഥീചന്ദ്രദർശന ന്യായം (ചതുർഥീ ചന്ദ്രനെപ്പോലെ), ഘടദീപ ന്യായം (കുടത്തിലെരിയുന്ന വിളക്കുപോലെ) എന്നിങ്ങനെ അനേകം ഉദാഹരണങ്ങൾ എടുത്തുപറയുവാൻ കഴിയും. അന്യോന്യം തിരിച്ചറിയാവുന്ന വസ്തുക്കളുടെ ചേർച്ചയെ സൂചിപ്പിക്കുന്നതാണ് 'തിലതണ്ഡുലന്യായം', 'എള്ളും അരിയുംപോലെ' എന്ന് മലയാളത്തിലർഥം പറയാം. 'പരസ്പരം തിരിച്ചറിയാവുന്നതും അന്യോന്യം യോജിക്കാത്തതുമായ ഘടകങ്ങൾ കൂടിച്ചേരുന്നതിനെ മലയാളത്തിൽ 'മോരും മുതിരയും വെച്ചപോലെ' എന്ന് പറയാറുണ്ട്. സംസ്കൃതത്തിലെ 'കുന്തകുംഭന്യായ' ത്തിന് സമാനമായി മലയാളത്തിൽ 'കുന്തം കളഞ്ഞാൽ കുടത്തിലും തപ്പണം' എന്നൊരു പഴഞ്ചൊല്ലുതന്നെ കാണാം.

അമ്മായിശാസ്ത്രം

പ്രാക്തന വിശ്വാസങ്ങളിൽ അധിഷ്ഠിതമായ ചൊല്ലുകളെ 'അമ്മായിശാസ്ത്രം' എന്നു പറയാം. അവയും 'പഴയമൊഴി'കൾ തന്നെയാണ്. സാമാന്യജനങ്ങൾക്കിടയിൽ പ്രാചുര്യത്തിലുള്ള അത്തരം മൊഴികളില

ടങ്ങിയ വിജ്ഞാന (Superstition lore)ത്തെക്കുറിച്ചുള്ള പഠനം ഫോക്‌ലോർ പഠനത്തിന്റെ ഭാഗമായി നിർവഹിക്കാവുന്നതാണ്. അമ്മായിപ്പഴമ, വൃദ്ധകളുടെ വിജ്ഞാനം, അമ്മായിശാസ്ത്രം എന്നിങ്ങനെ പല പേരുകളിൽ അവയെ വിശേഷിപ്പിക്കാറുണ്ട്. 'ഉമ്മരപ്പടിമേൽ ഇരിക്കരുത്', 'പഴുതാര(കരിങ്കണ്ണി)യെ കണ്ടാൽ വെള്ളം ഒഴിച്ചുകൊടുക്കണം'. 'അമ്മിമേലിരുന്നാൽ അമ്മയുടെ നെഞ്ചിലിരുന്ന ഫലമാണ്'. 'കടുക് നിലത്ത് വിതറിയാൽ കലഹമുണ്ടാകും', 'ഓട്ടുപാത്രങ്ങൾ ഉടയുന്നത് ദോഷമാണ്', 'ചോറുരുള മുറിഞ്ഞാൽ ആയുസ്സിനു കേടാണ്' എന്നിവ അമ്മായിപ്പഴമയ്ക്ക് ഉദാഹരണങ്ങളത്രെ.

'അമ്മായിപ്പഴമ'കളിൽ നല്ലൊരുഭാഗം വിലക്കു(taboo)കളാകുന്നു. 'ഇടങ്ങഴിയും നാഴിയും കമഴ്ത്തിവയ്ക്കരുത്', തടുപ്പയും മുറവും കമഴ്ത്തിവയ്ക്കരുത്', 'പാലും മോരും ഒപ്പം കൊണ്ടുപോകരുത്'. 'പാലിൽ വെള്ളം ചേർക്കാതെ കൊടുക്കരുത്' (കൊടുത്താൽ കന്നുകാലികൾക്ക് ദോഷമാണ്), 'തലയിണ ചവിട്ടരുത്', 'വടക്കോട്ട് തലവെച്ചു കിടക്കരുത്', 'അടിമാച്ചി (ചൂല്) തലയ്ക്ക് വയ്ക്കരുത്', 'ഉപ്പും അരിയും സന്ധ്യയ്ക്ക് കടം കൊടുക്കരുത്', 'മാവും മുരിക്കും ഒപ്പം കത്തിക്കരുത്', 'ജന്മനാളിൽ എണ്ണതേക്കരുത്', 'കിണറ്റിൽ വെള്ളം ഒഴിക്കരുത്', 'പ്രഭാതത്തിൽ പൂച്ചയെ കണികാണരുത്', 'കിണ്ടിയുടെ വാല് തെക്കോട്ടാക്കി വയ്ക്കരുത്', 'വാഴയിലയുടെ കൊടി തെക്കോട്ട് തിരിച്ചുവയ്ക്കുരുത്', 'തേങ്ങാമുറി മലർത്തി വെയ്ക്കരുത്'. 'കൈയിൽ ഉപ്പ് കൊടുക്കരുത്', 'കൊടുത്തത് വിളിച്ചുപറയരുത്' എന്നിങ്ങനെയുള്ള 'അരുതായ്മ'കളെക്കുറിച്ച് അമ്മായിപ്പഴമകളിൽ നിന്ന് മനസ്സിലാക്കുവാൻ കഴിയും. സാന്മാർഗ്ഗികവും മതപരവുമായ വിശ്വാസപ്രമാണങ്ങൾ ഒരതിർത്തിയോളം ഇവയ്ക്കു പിന്നിലുണ്ട്. എന്നാൽ, ഇവയിൽ പലതും മൂഢവിശ്വാസങ്ങളായി തള്ളിക്കളയാവതല്ല.

മേൽ പ്രസ്താവിച്ച മട്ടിലുള്ള പഴമകളും വിശ്വാസങ്ങളും വിലക്കുകളും അരുതായ്മകളും മലയാളത്തിലെ അനുഷ്ഠാനഗാനങ്ങളിൽപ്പോലും സ്ഥാനം പിടിച്ചിട്ടുണ്ട്. പുള്ളുവരുടെ 'മോക്ഷപ്പാട്ട്', മലയരുടെ കണ്ണേർപാട്ടിൽപ്പെട്ട 'ഉറുതിക്കവി', കതുവനൂർവീരൻതോറ്റം തുടങ്ങിയ തോറ്റംപാട്ടുകൾ എന്നിവയിലെല്ലാം അത്തരം ആശയങ്ങൾ സംവഹിക്കുന്ന വരികൾ കാണാം.

"തന്നുടെ ഭാര്യയെ ഭർത്ത്യ വരുമ്പോൾ
ഏർന്ന പലമ്മിലിരിക്കൊല്ലാ
ഏർന്ന പലമ്മിലിരുന്നതുകൊണ്ട്
കാലോടെ കൈ നീട്ടൊല്ലാ
കാലോടെ കൈ നീട്ടുകിലല്ലോ
ഒന്നിനു നാലു പറയൊല്ലാ
....
വെച്ചരി വെള്ളമകത്തിരിക്കെ

വെറും വെള്ളം കോരി കൊടുക്കൊല്ലാ
ഇരുന്നാവുരിയരി വെപ്പാൻ തന്നാൽ
അതിലിന്നൊരു പിടിവാരൊല്ല
....
കന്നുകാലി ദാഹിച്ചുവന്നാൽ
നീർ കൊടുക്കാതെയിരിക്കൊല്ലാ
അടിക്കുന്നോരു മാച്ചി കൊണ്ടന്നു
ആൺപൈതലേയോങ്ങല്ലാ."

എന്നീ വരികൾ 'മോക്ഷപ്പാട്ടി'ൽ (പുള്ളുവപ്പാട്ടും നാഗാരാധനയും, പു.156,157) നിന്നെടുത്തതാണ്. "പെണ്ണായിപ്പിറന്നോർക്കെല്ലാ'മുള്ള പാപ ദോഷങ്ങൾ എടുത്തുപറയുന്നതാണ് സന്ദർഭം.

"ഇല്ലമിണങ്ങി വിരുദ്ധവുമാകാ
ഇച്ഛപിഴയ്ക്കല്ലാ ഗുരുവോടും
....
ഉച്ചതിരിഞ്ഞു പതിറ്റടിയായാ-
ലുണ്ടാകുന്നൊരു കാരിയമാകാ
....
നീരണിയാത്തൊരു ഭൂമിയുമാകാ
ഒച്ചമികച്ച പെരുവഴിയാകാ
....
ഊരിലിരിപ്പവരൊന്നെ കരുതുകാ
ഉറങ്ങൊല്ലാ പുലർകാലമതാമ്പോൾ
കാരിയനേരത്തോ കളിയാകാ
കാണമതറ്റാലൂണും വേണ്ട
നാരികളോടെതൃനേർ പിശകാതെ
നാടുപകർന്നൊരു വീടുറയാതെ
....
എളിയവരെ പൊളി പറകയുമാകാ
എതിരെ വിരുന്നു കളഞ്ഞുകൊടാതെ
....
ഓർക്കാതെ ഒരു കാരിയമാകാ
മല്ലു പെരുത്തു നടന്നാലാകാ
നീരുറവിട്ടൊരു നിലവുമിതാകാ
നിരുപണമില്ലാത്തൊരുവനുമാകാ"

എന്നീ ഭാഗങ്ങൾ 'ഉറുതിക്കവി' (പഴയപാട്ടുകൾ, പു:58-62)യിലുള്ളതാണ്. 'ഉറുതി' എന്ന വാക്കിന് ജ്ഞാനം, ഉപദേശം എന്നൊക്കെ അർഥമുണ്ട്. പ്രബോധനപരമായ ആശയങ്ങൾ ഇവയ്ക്കുണ്ടെന്ന് കാണാം. 'ഉച്ചതിരിഞ്ഞ് പതിറ്റടിയായാലുണ്ടാകുന്നൊരു കാരിയം" മദ്യപിച്ച് കലഹിക്കലാണെന്ന് പ്രത്യേകം പറയേണ്ടതില്ല.

6

പഴഞ്ചൊല്ലുകളുടെ ധർമ്മം

പഴഞ്ചൊല്ലുകൾ നാടോടിവിജ്ഞാനത്തിന്റെ ഒരു ഘടകമാണെന്നതിനാൽ, ഫോക്‌ലോറിന്റെ ധർമ്മങ്ങൾ ഏറെക്കുറെ പഴഞ്ചൊല്ലുകൾക്കും ഉണ്ടാകാതിരിക്കയില്ല. വിവിധ നാടൻ പാരമ്പര്യങ്ങളിൽ മുളയ്ക്കുന്ന സാംസ്കാരിക മാധ്യമങ്ങളെക്കുറിച്ചുള്ള അറിവ് തന്നെയാണ് ഫോക്‌ലോർ. നാടൻ ജീവിതത്തിന്റെയും സംസ്കാരത്തിന്റെയും തുടിപ്പുകൾ പഴഞ്ചൊല്ലുകളിലും കാണാതിരിക്കയില്ല. കേവലം വിനോദാർഥമല്ല പഴഞ്ചൊല്ലുകൾ പ്രയോഗിക്കുന്നത്. ജീവിതാനുഭവത്തിന്റെയും ആർജിതവിജ്ഞാനത്തിന്റെയും ഭൂമികയിൽനിന്ന് രൂപമെടുത്ത ഉപദേശങ്ങളുടെയും തത്വപ്രസ്താവനകളുടെയും മാറ്റൊലികൾ അവയിൽ മുഴങ്ങും. "ഈ സാഹിത്യഗുളികകൾക്കുള്ള ധർമ്മാധർമ്മോപദേശപാടവവും പ്രകൃതിനിരീക്ഷണ പ്രേരകതയും സാമാന്യമല്ല" (10:503). നിത്യജീവിതത്തിലെ പ്രശ്നങ്ങൾ വിവേകപൂർവം കൈകാര്യം ചെയ്യാൻ അവ സഹായകമാകാം. എല്ലാ പഴമൊഴികളും തത്വചിന്താഭരിതമാണെന്നും, സമൂഹത്തിലും കുടുംബത്തിലും സമചിത്തതയോടെ പെരുമാറാൻ എപ്പോഴും സഹായിക്കുന്നതാണെന്നുമല്ല ഇവിടെ പറയുന്നത്. മിക്ക ചൊല്ലുകൾക്കും മനുഷ്യരെ പ്രബുദ്ധരാക്കാൻ കുറഞ്ഞതോതിലെങ്കിലും കഴിയും. കടംകഥകളെ അപേക്ഷിച്ച് പഴമൊഴികൾക്കുള്ള ഒരു സവിശേഷതയാണിത്. നിയമപരമായ വ്യവഹാരങ്ങളിൽപ്പോലും പഴഞ്ചൊല്ലുകൾക്ക് സ്ഥാനമുണ്ടെന്ന് സൂചിപ്പിക്കപ്പെട്ടിട്ടുണ്ട് (31:119). ഏതു നിലയിലും പഴമൊഴികളുടെ പ്രബോധനപരമായ ധർമ്മം നിഷേധിക്കാവതല്ല.

അനുഷ്ഠാനങ്ങളിലും ആചാരനടപടികളിലും ഭാഗഭാക്കാവുകയോ നിരീക്ഷിക്കുകയോ ചെയ്യുന്നവർക്ക് അവയുടെ ന്യായീകരണത്തിനു വേണ്ടി പ്രവർത്തിക്കുക എന്നത് ഫോക്‌ലോറിന്റെ ധർമ്മമായി ബാസ്കം

എടുത്തുപറഞ്ഞിട്ടുണ്ട് (24:57). അംഗീകരിക്കപ്പെട്ട ഒരു രീതിയോടുള്ള അതൃപ്തിയോ സന്ദേഹമോ പ്രകാശിപ്പിക്കുമ്പോഴോ, അതിനെപ്പറ്റിയുള്ള സംശയം ഉയരുമ്പോഴോ, അത് ലൗകികം വിരുദ്ധം എന്നിവയിൽ ഏതായാലും, അവിടെ ഒരു പുരാവൃത്തമോ ഐതിഹ്യമോ പഴഞ്ചൊല്ലോ അതിനെ ന്യായീകരിക്കുമത്രെ. 'കൊന്നാൽ പാപം തിന്നാൽ തീരും' എന്ന പഴഞ്ചൊല്ല് പരിശോധിക്കുക. കൊല്ലുന്നതിനുള്ള ഒരു ന്യായീകരണമായി ഈ ചൊല്ല് വർത്തിക്കുന്നു.

അംഗീകരിക്കപ്പെട്ട വർത്തനമാതൃകകളുടെ സമീകരണത്തെ സാധൂകരിക്കുകയെന്നത് ഫോക്‌ലോറിന്റെ ധർമ്മമായി അംഗീകരിക്കപ്പെട്ടിട്ടുണ്ട് (24:59). സാമൂഹികപ്രവർത്തനങ്ങളിലും സാമൂഹികനിയന്ത്രണങ്ങളിലും പ്രായോഗികമാക്കുന്ന കാര്യത്തിൽ ഫോക്‌ലോറിന്റെ ചില രൂപങ്ങൾ പ്രാധാന്യമർഹിക്കുന്നു. പരിചിതമായ സാമൂഹികമേളനങ്ങളിൽനിന്നും സാമൂഹികനിയമങ്ങളിൽനിന്നും വ്യതിചലിക്കുവാൻ വ്യക്തികൾ പരിശ്രമിച്ചുവെന്നുവരാം. അത്തരം സന്ദർഭങ്ങളിൽ അതിനെ നിയന്ത്രിക്കുകയോ തടയുകയോ ചെയ്യേണ്ടത് സാമൂഹികമായ ആവശ്യമാണ്. ഫോക്‌ലോറിന്റെ മറ്റു ഘടകങ്ങളെപ്പോലെ പഴഞ്ചൊല്ലുകൾ അതിന് ഉപയോഗപ്പെടുത്തിയെന്നുവരാം. വഴി തെറ്റിയ പ്രവർത്തനങ്ങളെ നിയന്ത്രിക്കുവാൻ പഴമൊഴികൾ ഉപയുക്തമായിത്തീരാറുണ്ട്.

സാമൂഹിക വിമർശനസ്വഭാവം പഴഞ്ചൊല്ലുകൾ മിക്കതിനും കാണാം. മാനുഷികദൗർബ്ബല്യങ്ങളെയും സ്വഭാവ വൈകല്യങ്ങളെയും മറ്റ് അനാശാസ്യതകളെയും അനാവരണം ചെയ്യുന്ന പഴമൊഴികൾ കുറവല്ല. സാമാന്യജനങ്ങളുടെ നിത്യജീവിതത്തിൽ സംഭവിക്കുന്ന പിഴകളെയും പൊരുത്തക്കേടുകളെയും നർമ്മമധുരമായി സൂചിപ്പിക്കുകയും, അതിലൂടെ സാമൂഹിക പരിഷ്കരണത്തിന് സഹായിക്കുകയും ചെയ്യുക എന്നത് പഴമൊഴികളുടെ മറ്റൊരു ധർമ്മമാണ്. കടംകഥകളെ അപേക്ഷിച്ച് പഴമൊഴികൾക്കുള്ള പ്രത്യേകതയാണിത്. മനുഷ്യവർത്തനങ്ങളുടെയും പ്രവർത്തനങ്ങളുടെയും വ്യാഖ്യാനസൂചനകളാണ് അവ. കാമക്രോധലോഭമോഹാദികളെയും മൂഢവിശ്വാസങ്ങളെയും മറ്റും വിമർശിച്ച്, അവയെ നിർമ്മാർജ്ജനം ചെയ്യുകയെന്നത് പഴഞ്ചൊല്ലുകളുടെ ലക്ഷ്യമാണ്. ഫലിതനർമ്മങ്ങളിൽ പൊതിഞ്ഞാണ് അവ അവതരിപ്പിക്കുന്നതെങ്കിലും, വിദ്വേഷംകൊണ്ട് അവ മലീമസമാകുന്നില്ല.

ഗതകാല സംസ്കാരത്തെയും ചരിത്രാംശങ്ങളെയും ആനുകാലികജീവിതവുമായി ബന്ധിപ്പിക്കുകയെന്നതാണ് പഴഞ്ചൊല്ലുകളുടെ വേറൊരു ധർമ്മം. നമ്മുടെ പഴഞ്ചൊല്ലുകളിൽ കൃഷി, നായാട്ട് എന്നിവയെ സംബന്ധിച്ചവ ഏറെക്കാണുമെന്ന് അന്യത്ര സൂചിപ്പിച്ചിട്ടുണ്ട്. മാനവജീവിതത്തിന്റെ മുഖ്യകർമ്മരംഗം അവയായിരുന്നുവെന്നതാണ് അതിനു കാരണം. കളരി സംസ്കാരത്തിന്റെ പ്രതിഫലനങ്ങളാണ് കുറെ ചൊല്ലുകൾ. പ്രാക്തനയുദ്ധമുറകളെയും അങ്കംവെട്ടിനെയും രാജവാഴ്ചയെയും കുറിച്ചുള്ള ചരിത്രസൂചനകൾ പഴമൊഴികളിൽനിന്ന് ലഭിക്കു

ന്നുണ്ട്. പ്രാചീനജനതയുടെ ആചാരവിശ്വാസാദികളുടെ ചിത്രം അവയിൽ നിഴലിച്ചുകാണാം.

നാടൻവിജ്ഞാനത്തിന്റെ കൊച്ചുറവകളാണ് പഴഞ്ചൊല്ലുകൾ. സമൂഹജീവിതത്തിന്റെ എല്ലാതലങ്ങളെയും സന്ദർഭങ്ങളെയും സ്പർശിച്ചുകൊണ്ടുള്ള വിജ്ഞാനം പ്രദാനം ചെയ്യുക എന്നത് പഴമൊഴികളുടെ ധർമ്മം തന്നെ. കടംകഥകൾ പ്രകൃതി നിരീക്ഷണപരങ്ങളാണെങ്കിൽ, പഴഞ്ചൊല്ലുകൾ പ്രകൃതിയെയും മനുഷ്യനെയും വേർതിരിച്ചുകാണാതെ, ലോകസ്വഭാവം സൂചിപ്പിക്കുന്നു. പഴഞ്ചൊല്ലുകളുടെ പശ്ചാത്തലവിഷയം ഏതായിരുന്നാലും അവ പുതിയ സന്ദർഭങ്ങളിൽ ഉപയോഗിക്കുമ്പോൾ പുതിയ അർത്ഥതലം അവയ്ക്ക് കൈവരുന്നു; അവയുടെ വ്യംഗ്യാർത്ഥവും പൊരുളും കൂടുതൽ വെളിപ്പെടുകയും ചെയ്യുന്നു.

സമൂഹത്തിന്റെ പ്രത്യേകിച്ചും നിരക്ഷരസമൂഹത്തിന്റെ വിദ്യാഭ്യാസത്തിൽ ഫോക്‌ലോറിന് സ്ഥാനമുണ്ടെന്ന് ബാസ്കം പ്രത്യേകം എടുത്തുപറഞ്ഞിട്ടുണ്ട്. തലമുറകളായി പകർന്നുവരുന്ന അറിവും അനുഭവവും ഇളം തലമുറയ്ക്ക് വിജ്ഞാനം പകർന്നുകൊടുക്കുന്നു. നീതികഥകൾ, യക്ഷിക്കഥകൾ, കടംകഥകൾ തുടങ്ങിയവയെപ്പോലെ പഴഞ്ചൊല്ലുകളും ഇക്കാര്യത്തിൽ ഫലപ്രദമായ മാധ്യമമായി പ്രവർത്തിക്കുന്നു.

സംഭാഷണത്തെ കാര്യമാത്രപ്രസക്തമാക്കിത്തീർക്കുകയെന്നത് പഴഞ്ചൊല്ലുകളുടെ ധർമ്മമാണ്. സംഭാഷണങ്ങൾക്ക് സന്ദർഭോചിതമായ ഒരു കുതിപ്പ് കൊടുക്കുവാൻ അവയ്ക്ക് കഴിയുന്നു. ഒരുകാര്യം വളരെയേറെ വിശദീകരിച്ചു പറയേണ്ട സന്ദർഭത്തിൽ, ഒരു പഴഞ്ചൊല്ലുകൊണ്ട് അത് വ്യക്തമാക്കാൻ കഴിയും. ശ്രോതാവിന്റെ മനസ്സിൽ അത് ശക്തിയായി പതിയുകയും ചെയ്യും.

7

വിഷയപശ്ചാത്തലം

ജനജീവിതമാണ് പഴഞ്ചൊല്ലുകൾക്ക് വിഷയം. ആചാരം, വിശ്വാസം, തൊഴിൽ, കാർഷികവൃത്തി, ഗാർഹികജീവിതം, കല, വൈദ്യം, ജ്യോതിഷം, മാന്ത്രികവിദ്യ, ആയുധവിദ്യ, പുരാണപരിചയം, പ്രകൃതിനിരീക്ഷണം തുടങ്ങി മനുഷ്യനുമായി ബന്ധപ്പെടുന്ന വിഷയങ്ങളേതിനോടും പഴഞ്ചൊല്ലുകൾക്ക് ബന്ധം കല്പിക്കാം. "ഈ വക വിഷയങ്ങളെ സംബന്ധിച്ച് ഏതെങ്കിലും ഒരനുഭവം ചിരകാല പരിചയംകൊണ്ട് മനസ്സിൽ ദൃഢമായി പതിയുകയും അത് ചുരുങ്ങിയ വാക്കുകളിൽ പുറത്തുവരികയും പറഞ്ഞുപഴകി കാലക്രമത്തിൽ പഴഞ്ചൊല്ലായി തീരുകയുമാണ് ചെയ്യുന്നത്. ചില ചില ചരിത്രശകലങ്ങളുടെ അനുമാനത്തിനു വഴിതെളിക്കുന്ന പഴഞ്ചൊല്ലുകളും ഇല്ലെന്നില്ല" (22:96,97). ആ നിലയിൽ സാമൂഹിക ശാസ്ത്രദൃഷ്ട്യാ വളരെ വിലപ്പെട്ടവയാണ് പഴമൊഴികൾ.

കൃഷിയും നായാട്ടും പ്രാക്തന കാലംതൊട്ടേ ജനജീവിതവുമായി ബന്ധപ്പെട്ടവയാണ്. അതിനാൽ, അവയുടെ പ്രതിഫലനം നാടൻ വാങ്മയങ്ങളിൽ ഉണ്ടാവുക സ്വാഭാവികമത്രെ. 'മുളയിലറിയാം വിള', 'നിലമറിഞ്ഞു വിത്തിടണം', 'മുൻവിള പൊൻവിള', 'പറിച്ചുനട്ടാലെ കരുത്ത് കൂടൂ', 'ഉടമയുടെ ദൃഷ്ടി ഒന്നാംതരം വളം', 'അകലെ നടണം അടുത്തു നടണം', 'ഒരുത്തനും കരുത്തനും വണ്ണത്താനും വളഞ്ചിയനും കൃഷിയരുത്', 'മുണ്ടകൻ നട്ടു മുങ്ങണം വിരിപ്പ് നട്ടുണങ്ങണം' തുടങ്ങി നിരവധി ചൊല്ലുകൾ ഇന്നും നിലവിലുണ്ട്. 'വിള പുറത്തിട്ട് വേലി കെട്ടരുത്' എന്ന പഴമൊഴി, പ്രധാനപ്പെട്ടതിനെ പുറം തള്ളരുതെന്ന അർഥത്തിലാണ് പ്രയോഗിക്കുന്നത്. 'കാലത്തു വിതച്ചേ കതിരു നിറയൂ' എന്ന് പ്രാചീനർക്ക് അറിയാമായിരുന്നു. 'കറ്റയും തലയിൽവച്ച് കളംചെത്തുന്ന' സ്വഭാവം അവർക്കുണ്ടായിരുന്നില്ല. 'ഒന്നു ചീഞ്ഞാലേ മറ്റൊന്നിനു വള

മാകൂ' എന്ന ചൊല്ല് കാർഷികരംഗത്തെന്നപോലെ മറ്റു ജീവിതരംഗങ്ങളിലും അർഥവത്തായി പ്രയോഗിക്കാം. 'നെല്ലും പതിരും തിരിച്ചറിയു'വാൻ നമുക്കു കഴിയണം. 'പത്തിരട്ടിച്ച വാണിഭത്തേക്കാൾ വിത്തിരട്ടിച്ച കൃഷിനല്ലൂ' എന്ന് മനസ്സിലാക്കിയവരാണ് കൃഷിക്കാർ. 'പഴുക്കാൻ മൂത്താൽ പറിക്കണം' എന്നും അവർക്കറിയാം.

'തൊണ്ണൂറ് ചാല് പൂട്ടി
വെണ്ണീര് കോരിയെറിഞ്ഞാൽ
ഒന്നുക്കായിരം വിള'

എന്ന അറിവ് ഉള്ളവർ കാർഷികരംഗത്തുനിന്ന് പിന്മാറുകയില്ലല്ലൊ. 'നട്ടു നനയ്ക്കുകയും നനച്ചു പറിക്കയു'മാണ് കൃഷിയുടെ ശൈലി. ചില കൃഷികൾ ലാഭകരമായിരിക്കയില്ല. മറ്റു ചിലത് ലാഭകരമാകയും ചെയ്യും. 'എള്ളിലെ ലാഭം മുതിരയിൽ ചേതം' എന്നാണ് പഴമൊഴി. അമരയ്ക്ക് ധാരാളം വെള്ളം വേണം. 'അമരത്തടത്തിൽ തവള കരയണം' എന്ന ചൊല്ലിന്റെ സാധുത അതാണ്. 'ഒരു വിത്ത് വിതച്ചാൽ പല വിത്ത് വിളയാ' എന്ന് അറിയാത്തവർ അധികംപേരുണ്ടാവില്ല. 'നവര നട്ടാൽ തുവര ഉണ്ടാകുമോ' എന്ന ചോദ്യമുയരുന്നതുതന്നെ ആ പശ്ചാത്തലത്തിലാണ്. 'വാഴ ചൂരിക്കു വീണാലും ചൂരി വാഴയ്ക്കു വീണാലും വാഴയ്ക്കാ കേട്' എന്നത് എല്ലാവർക്കുമറിയാം. ഇതിലെ വ്യംഗ്യാർഥത്തിനാണ് പ്രാധാന്യം.

നാളികേരത്തെ സംബന്ധിച്ച ചില ചൊല്ലുകൾ പരിശോധിക്കാം. 'എല്ലാവരും തേങ്ങ ചിരവുമ്പോൾ നമ്മൾ ചിരട്ട എങ്കിലും ചിരവേണ്ടേ?', 'തെങ്ങിനും കവുങ്ങിനും ഒരേ തള പറ്റില്ല' എന്നിവയിൽ വ്യംഗ്യാർഥത്തിന് പ്രാമുഖ്യമേറും. 'തെങ്ങ് ചതിക്കില്ല' എന്നാണ് ജനവിശ്വാസം. സത്സംഗമുണ്ടായാലും നീചനിൽ മാറ്റമുണ്ടാവില്ല എന്ന ആശയം വ്യക്തമാക്കുവാൻ 'തേങ്ങ പത്തരച്ചാലും താളല്ലേ കറി' എന്ന പഴമൊഴി പ്രയോഗിക്കാറുണ്ട്. വലിയ നഷ്ടം സംഭവിക്കുന്നതിൽ ശ്രദ്ധിക്കാതെ ലഘുവായ നഷ്ടങ്ങൾ കണ്ടെത്തുന്നവരുണ്ടല്ലോ. 'തേങ്ങ ചോരുന്നതറിയില്ല, എള്ളു ചോരുന്നതറിയും' എന്ന പഴമൊഴിയിലൂടെ അത്തരക്കാരുടെ സ്വഭാവമാണ് സൂചിപ്പിക്കുന്നത്. 'തെങ്ങുള്ള പറമ്പിലൂടെ തേങ്ങ കൊണ്ടുപൊയ്ക്കൂടാ' എന്ന് പണ്ടുള്ളവർ പറയാറുണ്ട്. തേങ്ങ കട്ടുകൊണ്ടുപോകുന്നതാണെന്ന ദുഷ്പേര് വരുവാനിടയുണ്ടെന്നാണ് അതിലെ സൂചന. കൃഷിയുടെ ഗുണദോഷവിചാരം നടത്തുമ്പോൾ, 'ആയെങ്കിലായിരം തെങ്ങ് പോയെങ്കിൽ ആയിരം തേങ്ങ' എന്ന് പറയാറുണ്ട്.

'ഉച്ചാറുച്ചയ്ക്ക് വെള്ളരി നട്ടാൽ
വിഷു ഉച്ചക്ക് വെള്ളരി പറിക്കാം'

എന്നൊരു കാർഷികച്ചൊല്ല് ഉത്തരകേരളത്തിൽ പ്രാചുര്യത്തിലുണ്ട്. ഇതനുസരിച്ചാണ് ഇന്നും 'നട്ടികൃഷി' നടത്തിവരുന്നത്.

'എള്ളിന് ഏഴ് ഉഴവ്
കൊള്ളിന് ഒരുഴവ്'

എന്നാണ് കന്നുപൂട്ടുന്നതിന്റെ കണക്ക്.

'ആദി', പാതി, ഞാലി, പീറ്റ' എന്ന മൊഴി കൃഷിയുമായി ബന്ധപ്പെട്ടവരെല്ലാം അറിയേണ്ടതാണ്. ചക്കയുടെ കുരു വിത്തായെടുക്കുമ്പോൾ കോടി കായ്ച്ചതാകണം, തൈത്തേങ്ങ മധ്യവയസ്സുള്ള തെങ്ങിൽ നിന്നെടുക്കണം, വെറ്റില വള്ളി കീഴോട്ടു തലയായി കിടക്കുന്നത് എടുക്കണം, അടക്ക പീറ്റത്തെങ്ങിന്റേതാകണം എന്നാണ് മേൽപറഞ്ഞ മൊഴിയുടെ അർഥം.

കാർഷിക വിജ്ഞാനമെന്നതുപോലെ കാലാവസ്ഥാ വിജ്ഞാനമായിട്ടും പഴഞ്ചൊല്ലുകൾക്ക് ബന്ധം കാണാം.

'എടവത്തിൽ പാതിവർഷം',
'കുംഭത്തില് മഴപെയ്താൽ
കുപ്പേലും ചോറാണ്',
'മീനത്തിൽ മഴപെയ്താൽ
മീനിനും കൂടി ഇരയില്ല',
'തുലാപ്പത്തു കഴിഞ്ഞാൽ
പിലാപ്പൊത്തിലും പാർക്കാം',
'ചിങ്ങം ഞാറ്റിൽ
ചിനിങ്ങി ചിനിങ്ങി മഴ',
'മകരത്തിൽ മരംകോച്ചും',
'അത്തം കറുത്താൽ
ഓണം വെളുക്കും',
'വിഷുവിൽപിന്നെ വേനലില്ല'

എന്നിങ്ങനെ കാലാവസ്ഥയെ സംബന്ധിച്ച അനേകം ചൊല്ലുകൾ ഗ്രാമീണർക്ക് പ്രത്യേകിച്ചും കൃഷിക്കാർക്ക് അറിയാം.

'ചോതി വർഷിച്ചാൽ
ചോറിനു പഞ്ഞമില്ല',
'പൂയ്യത്തിൽ നട്ടാൽ പുഴുക്കേട്',
'പൂയ്യത്തിൽ മഴപെയ്താൽ
പുല്ലും നെല്ല്',
'തിരുവാതിരക്ക്
തിരി മറിഞ്ഞൊഴുകണം'

എന്നിവയും ഞാറ്റുവേലയെ സംബന്ധിച്ച കർഷകരുടെ വിജ്ഞാനമാണ്.

നായാട്ടിനെക്കുറിച്ചും അനേകം പഴഞ്ചൊല്ലുകൾ ഉണ്ടായിട്ടുണ്ട്. 'നായാട്ടുനായ്ക്കൾ കടികൂടിയാൽ പന്നി കാടുകേറും' എന്ന ചൊല്ല് പണ്ടത്തെ നായാട്ടുകാരുടെ അനുഭവമാണല്ലൊ. പുതിയ സന്ദർഭത്തിൽ അത് പ്രയോഗിക്കുമ്പോൾ, ഒരേ ലക്ഷ്യത്തിൽ നീങ്ങുന്നവർ പരസ്പരം പിണങ്ങിയാൽ ലക്ഷ്യത്തിലെത്തുകയില്ലെന്ന ആശയം സിദ്ധിക്കുന്നു. 'നഞ്ചും നായാട്ടും നന്നല്ല' എന്ന് പണ്ടുള്ളവർക്ക് അറിയാമായിരുന്നു.

തൊഴിലിന്റെ മഹത്വം പ്രാചീനർ ഗ്രഹിക്കാതിരുന്നില്ല. 'എല്ലുമു

റിയെ പണിയെടുത്താൽ പല്ലുമുറിയെ തിന്നാം' എന്ന ചൊല്ല് പ്രശസ്ത മാണ്. 'ഉഴുതുണ്ണുന്നവനെ തൊഴുതുണ്ണണം' എന്നാണ് പണ്ടുള്ളവർ പറയുക. 'ആവുംകാലം ചെയ്തത് ചാവും കാലം കാണാം' എന്ന ബോധമുണ്ടെങ്കിൽ ആരും അലസരായിരിക്കില്ല. 'അണ്ണാറക്കണ്ണനും തന്നാലായത്' എന്നാണല്ലോ പഴമൊഴി.

'ചെക്കനെപ്പോലെ നയിച്ചാൽ
അച്ചനെപ്പോലെ തിന്നാം'

എന്നതും തൊഴിലിന്റെ മേന്മയാണ് വ്യക്തമാക്കുന്നത്.

ആചാരങ്ങൾ, ആഘോഷങ്ങൾ, ഉത്സവങ്ങൾ, അനുഷ്ഠാനങ്ങൾ തുടങ്ങിയവ സമൂഹത്തിൽ സ്വാധീനം ചെലുത്തിയിരുന്നു എന്നതിന് പഴഞ്ചൊല്ലുകൾ ദൃഷ്ടാന്തങ്ങളാണ്. നിറ, പുത്തരി, ഓണം, വിഷു തുടങ്ങിയവയെ സംബന്ധിച്ച ചൊല്ലുകളുണ്ട്. 'കാണം വിറ്റും ഓണം ഉണ്ണണ'മെന്നായിരുന്നു പണ്ടുള്ളവരുടെ നിശ്ചയം. 'ഓണംവന്നാലും ഉണ്ണിപിറന്നാലും കോരനു കുമ്പിളിൽത്തന്നെ കഞ്ഞി' എന്ന ചൊല്ല് നിത്യദാരിദ്ര്യമനുഭവിക്കുന്നവരുടെ ദയനീയസ്ഥിതിയാണ് വ്യക്തമാക്കുന്നത്. ഓണമടുത്താൽ വസ്ത്രം നെയ്ത്തുകാർക്ക് തിരക്കു വർധിക്കും. 'ഓണമടുത്ത ചാലിയനെപ്പോലെ' എന്ന ചൊല്ല് ആ പശ്ചാത്തലത്തിലുണ്ടായതത്രെ. 'ഇല്ലം നിറച്ചാൽ വല്ലം നിറയ്ക്കണ'മെന്നാണ് പ്രമാണം.

പിതൃമുക്തിക്കുവേണ്ടി സമുദ്രസ്നാനം ചെയ്യുവാൻ പോകുന്ന പതിവുണ്ടായിരുന്നു. ആ യാത്രയിൽ സമുദ്രക്കരയിലെ ഉപ്പുപടന്നകളിൽനിന്ന് പണ്ടൊക്കെ ഉപ്പ് ശേഖരിക്കുമായിരുന്നു. 'ഉപ്പും കൊള്ളാം വാവുംകുളിക്കാം' എന്ന ചൊല്ല് ആ പശ്ചാത്തലത്തിൽ ഉദയം ചെയ്തതാണ്. 'ഒരു വെടിക്ക് രണ്ടുപക്ഷി' എന്നു പറയുംപോലെ ഒരു യാത്രയിൽ രണ്ടുകാര്യം സാധിക്കുമായിരുന്നു. ശനിയും സംക്രാന്തിയുമൊക്കെ ആചരിക്കുന്നവർ ഉണ്ടായിരുന്നു. എന്നാൽ, അതൊന്നും ശ്രദ്ധിക്കാത്തവരെയും കാണാം. 'കാട്ടുപോത്തിനെന്ത് ശനിയും സംക്രാന്തിയും' എന്ന ചൊല്ലിന്റെ പൊരുള് അതാണ്.

പ്രാക്തന വിശ്വാസങ്ങളെ അനാവരണം ചെയ്യുന്ന പഴമൊഴികൾ ധാരാളമുണ്ട്. 'ആയിരം പിറാവിയാൽ ആയുസ്സിനും നന്നല്ല', 'തലയിലെഴുത്ത് മായിച്ചാൽ മായില്ല', 'വായ കീറിയോൻ ഇരയും കല്പിക്കും', 'താൻപാതി ദൈവം പാതി', 'നാലാളുള്ളിടത്ത് ദൈവമുണ്ട്' എന്നിവ അവയിൽ ചിലതാണ്. 'കുളിച്ചുനേടിയത് കളഞ്ഞുകുളിക്കും' എന്നാണ് വിശ്വാസം. 'വാവറുതി ഗ്രഹണം ഊണറുതി മരണം' എന്ന ചൊല്ലും നിലവിലിരിക്കുന്നു.

ജ്യോതിഷം, മന്ത്രവാദം, വൈദ്യം തുടങ്ങിയ വിഷയങ്ങളുമായി ബന്ധപ്പെട്ട പഴമൊഴികൾ കുറച്ചെങ്കിലും കണ്ടെത്തുവാൻ കഴിയും.

'അവിട്ടം പിറന്നാൽ തവിട്ടിലും നേടാം'
'ചതയം ചതിക്കൂല'
'ചോതി പിറന്നാൽ ചോദിക്കേ വേണ്ട'

'പൂരുരുട്ടാതി പിന്നെ പുരുഷന്റെ
ഊരയിട്ടപുറത്തെ പോയാ മതി'
'മകം പിറന്ന മങ്ക'
'പെൺമൂലം മുടിവിത്ത്
ആൺമൂലം സമ്പത്ത്'
'നാള് ചെയ്യും ഫലം
ആള് ചെയ്യൂല.'
'അശ്വതി അച്ചിപിറക്കണം'
'രേവതി ഇരന്നുതിന്നും'
'രേവതിനാളിൽ അറുപതുശീലം
താനിരക്കും തന്നോടിരക്കും'
'തിരുവാതിരയ്ക്കെതിർവായില്ല'
'ആയില്യം അയൽമുടിക്കും'
'ഉത്രാടം വെപ്രാളം'
'വിശാഖം വിചാരം'
'കേട്ടയും മൂട്ടയും വീട്ടിലാകാ'
'പൂരാടംപിറന്ന പുരുഷനും
മകംപിറന്ന മങ്കയും'

എന്നിങ്ങനെ നക്ഷത്രങ്ങളുടെ ഗുണദോഷങ്ങളെ സംബന്ധിച്ചുള്ളവയാണ് നല്ലൊരുഭാഗം ചൊല്ലുകൾ. 'അബദ്ധ പഞ്ചാംഗത്തിന് അറുപതു നാഴികയും വർജ്യം' എന്ന ചൊല്ല് ജ്യോതിഷപശ്ചാത്തലത്തിലുള്ളതാണെങ്കിലും. അറിവില്ലാത്തവൻ ഒന്നും സ്വീകരിക്കുകയില്ല എന്ന അർഥമാണ് അതിലടങ്ങിയിരിക്കുന്നത്. 'ശുക്രദശയിൽ സുഖിക്കാത്തവനും ആദിത്യദശയിൽ അലയാത്തവനുമില്ല', 'രാഹുദശയിൽ വാണവനുമില്ല രാജദശയിൽ കെട്ടവനുമില്ല', 'കേതുവിനു ഹേതുവേണ്ട', 'ചത്ത കുഞ്ഞിന്റെ ജാതകം നോക്കാറുണ്ടോ' എന്നിപ്രകാരം ജ്യോതിഷത്തിന്റെ പശ്ചാത്തലത്തിൽ പിറന്ന പഴമൊഴികൾ ഇനിയും ധാരാളമുണ്ട്.

'മന്ത്രം പാട്ടായാൽ മണ്ണാൻ വെളിച്ചത്തായി', 'തന്നെ കെട്ടീറ്റു വേണ്ടേ കൂളീനകെട്ടാൻ' തുടങ്ങിയ പഴമൊഴികൾ മന്ത്രവാദവുമായി ബന്ധപ്പെടുന്നു. 'ഒടിയന്റടുത്ത് മായം വേണ്ട' എന്നിങ്ങനെ 'ഒടി' (ദുർമന്ത്രവാദം)യെ സംബന്ധിച്ച ചില ചൊല്ലുകളുണ്ട്. 'മന്ത്രവാദിക്കാദ്യവും വൈദ്യന് ഒടുക്കവും' എന്നാണ് പണ്ടുള്ളവർ പറയുക. 'പൊട്ടിയ കണ്ണിന് ചികിത്സയില്ല', 'കുറുന്തോട്ടിക്കും വാദം പിടിച്ചോ?', 'ചുക്കില്ലാത്ത കഷായമില്ല', 'രോഗി ഇച്ഛിച്ചതും വൈദ്യൻ കല്പിച്ചതും ഒന്നുതന്നെ', 'കാണാത്ത ഉറുമ്പ് കണ്ണിന് മരുന്ന്', 'വീണ മുലയ്ക്കും കഷണ്ടിയ്ക്കും മരുന്നില്ല' എന്നീ ചൊല്ലുകൾ വൈദ്യവുമായി ബന്ധപ്പെടുന്നു. 'മരുന്നും വിരുന്നും മൂന്നുനേരം കഴിയുമ്പോൾ മടുക്കും' എന്ന ചൊല്ല് വിരുന്നുകാരെക്കുറിച്ചുള്ള വിമർശനം കൂടിയാണ്. 'അരവൈദ്യനാളെ കൊല്ലും' എന്ന ചൊല്ല് പ്രശസ്തമാണ്. കൈകാര്യം ചെയ്യുന്ന വിഷയത്തിൽ പൂർണ

ജ്ഞാനമില്ലാത്തവരെക്കുറിച്ചാണ് അതിൽ സൂചിപ്പിക്കുന്നത്.

'മരുന്നിന് ബലം അരവ്
മന്ത്രത്തിന് ബലം ഉരു'

എന്നാണ് പഴയ വിശ്വാസം.

അങ്കം, പട, കളരിപ്പയറ്റ് എന്നിവയുടെ പശ്ചാത്തലത്തിൽ പഴഞ്ചൊല്ലുകൾ ഉദയം ചെയ്തിട്ടുണ്ട്. 'സദ്യയ്ക്ക് മുമ്പില പടയ്ക്കു വയ്യല്', 'അരചൻ വീണാൽ പടയില്ല', 'പടപേടിച്ച് പന്തളത്തുപോയാൽ അവിടെ പന്തം കൊളുത്തിപ്പട', 'വടികുത്തിയും പട കാണണം', 'ഒന്നുകിൽ കുരിക്കളെ നെഞ്ചത്ത് അല്ലെങ്കിൽ കളരിക്ക് പുറത്ത്' എന്നിവ അവയിൽ ചിലതാണ്. 'അങ്കവും കാണാം താളിയുമൊടിക്കാം' എന്ന പഴഞ്ചൊല്ല് ഒരു കാലഘട്ടത്തിന്റെ സംസ്കാരമാണ് വെളിപ്പെടുത്തുന്നത്. രണ്ടുകാര്യങ്ങൾ ഒപ്പം നേടാമെന്ന അർഥത്തിലാണ് ഈ ചൊല്ലിന്റെ പ്രയോഗം. 'പണ്ടു കഴിഞ്ഞതും പടയിൽ ചത്തതും പറയരുതെ'ന്നാണ് പഴമൊഴി. 'ചത്തതും' എന്നതിനു പകരം 'തൂറിയതും' എന്നു ചിലേടങ്ങളിൽ പ്രയോഗിക്കാറുണ്ട്.

ഗ്രാമീണകലകളുടെ പശ്ചാത്തലത്തിലും ചില പഴഞ്ചൊല്ലുകൾ ഉണ്ടായിട്ടുണ്ട്. 'പുള്ളുവൻ പാടുന്നതേ വീണപാടൂ' എന്ന ഒരു ചൊല്ല് ഉത്തരകേരളത്തിൽ നിലവിലിരിക്കുന്നു. പുള്ളുവരുടെ വംശീയ പാരമ്പര്യമാണ് അവരുടെ പാട്ടിലൂടെ ആവിഷ്ക്കരിക്കപ്പെടുന്നതെന്നാണ് അതിലെ ആശയം. 'പാടാൻ പറഞ്ഞാൽ പാട്ടിയും പാടില്ല', 'വണ്ണാൻ വന്നാലും വന്നില്ലെങ്കിലും തെയ്യം നിശ്ചയം' എന്നീ ചൊല്ലുകളുടെ അർഥം പ്രയോഗസന്ദർഭത്തിനനുസരിച്ച് മാറും. 'പണിക്കര് വീണാൽ അഭ്യാസം' എന്നത് എത്ര നർമമധുരമാണെന്ന് നോക്കുക. ഉന്നതന്മാർക്ക് പതനം സംഭവിച്ചാലും അത് മേന്മയായി നടിക്കുന്ന സന്ദർഭങ്ങൾ വിരളമല്ലല്ലോ.' 'വീണേടത്തുനിന്ന് ഉരുളുന്ന' പതിവും നമുക്കുണ്ട്.

ജാതി, കുലത്തൊഴിൽ എന്നിവയെ പശ്ചാത്തലമാക്കിയുള്ള അനേകം പഴഞ്ചൊല്ലുകൾ കേരളത്തിൽ പ്രാചുര്യത്തിലിരിക്കുന്നു.

'കാതുകുത്തിയാൽ കാപ്പുലയൻ
അരങ്ങാറ്റ് കഴിച്ചാൽ അരപ്പുലയൻ'

എന്ന ചൊല്ല് ഉത്തരകേരളത്തിലെ പുലയർക്കിടയിലുള്ളതാണ്. 'അരങ്ങാറ്റ്' (അരങ്ങേറ്റം) അവർക്കിടയിലുള്ള ഒരു സംസ്കാരച്ചടങ്ങാണ്. 'തീയൻ മൂത്താൽ തെയ്യം' എന്ന ചൊല്ല് തീയസമുദായത്തിൽപ്പെട്ട കാരണവന്മാർ മരണാനന്തരം തെയ്യക്കോലമായി മാറുന്നതിനെയാണ് സൂചിപ്പിക്കുന്നത്. 'നായരുവെച്ച നിലയും നാവുതിയൻവെച്ച കുടുമയും' പണ്ട് എല്ലാവർക്കും അംഗീകരിക്കത്തക്കതായിരുന്നു. പ്രാചീനകേരളത്തിലെ ആചാരവിശേഷങ്ങളിലേക്കാണ് ഈ ചൊല്ല് വിരൽചൂണ്ടുന്നത്. 'തട്ടാൻ തൊട്ടാലെട്ടാലൊന്ന്' എന്ന മൊഴി എത്രയോ പരമാർഥമാണ്. 'പട്ടരെ കാര്യം കട്ടി', 'പട്ടരെ ചാത്തം പതിറ്റടിക്ക്', 'ഊട്ടുകേട്ട പട്ടർ ആട്ടുകേട്ട പന്നി' എന്നിങ്ങനെ പട്ടന്മാരെക്കുറിച്ചുള്ള പരാമർശം പഴഞ്ചൊല്ലുകളിലും

കാണാം. 'ഓതിക്കോൻ പറയുന്നതെല്ലാം ഓത്തല്ല' എന്നത് വാധ്യാവൃത്തിയിൽ ഏർപ്പെട്ടവരെക്കുറിച്ചുള്ള വിമർശനമത്രെ. 'ഉപസ്ഥാനം അവസ്ഥപോലെ' എന്ന ചൊല്ല് ഉപസ്ഥാനകർമത്തിൽ ബ്രാഹ്മണർ വരുത്തുന്ന ലോപത്തെയാണ് സൂചിപ്പിക്കുന്നത്.

'ഓത്തില്ലാത്തവൻ ഭൂസുരനല്ല'
പോത്തില്ലാത്തവൻ കർഷകനല്ല'

എന്നമൊഴി പണ്ടത്തെ സമുദായ ജീവിതത്തിന്റെ സംവിധാനക്രമമാണ് വ്യക്തമാക്കുന്നത്.

ഒരാളുടെ സാധനം നേരിട്ടുവാങ്ങാതെ, മറ്റൊരാൾ മുഖേന വാങ്ങി ഉപയോഗിക്കുന്നതിനെയാണ് 'മാരയാന്റെ മോര് കൈമാറിയാൽ കൂട്ടാം' എന്ന ചൊല്ലിലൂടെ വിശദമാക്കിയിട്ടുള്ളത്.

'മാരയാൻ നിറുത്തുമ്പം മാക്രിതുടങ്ങും
മാക്രി നിറുത്തുമ്പം മാരയാൻ തുടങ്ങും'

എന്നൊരു ചൊല്ല് അവരുടെ വാദ്യത്തെക്കുറിച്ചുണ്ട്..., 'മൊയിലാർക്ക് ഉറുക്കെഴുതേണ്ട', 'കഴുത മക്കത്തുപോയാൽ ഹാജിയാകുമോ' എന്നിവ മാപ്പിളസമുദായവുമായി ബന്ധപ്പെടുത്തി പറയുന്ന ചൊല്ലുകളത്രെ. 'മലയന്റെ പുരപ്പടി പൊന്നായാലും എരപ്പച്ചം വിടില്ല' എന്നാണ് പറയാറുള്ളത്. 'ചമ്പ് കണ്ട പറയന്റെ കൂട്ട്' എന്നൊരു പഴഞ്ചൊല്ല് കോട്ടയം, കുമാരനല്ലൂർ എന്നീ പ്രദേശങ്ങളിൽ നിലവിലുണ്ട്. 'ചമ്പ്', എന്നത് 'ചത്ത കാള'യത്രെ. 'ചക്കര കണ്ട മുക്കുവന്റെ കൂട്ട്' എന്ന ചൊല്ലും അവിടങ്ങളിലുള്ളതാണ്.

'അല്ലലുള്ള പുലച്ചിയേ
ചുള്ളിയുള്ള കാടറിയൂ'
'വാരിയന്റെ വിളക്കത്ത്
എമ്പ്രാന്റെ അത്താഴം',
'കുശവൻ ഉടച്ച കലത്തിന് വിലയില്ല',
'വേലന്റെ ചോറ് കണിയാന്റെ നാക്കിൽ',
'വാണിയന്ന് കൊടുത്തില്ലെങ്കിൽ
വൈദ്യന് കൊടുക്കേണ്ടിവരും',
'പൊതുവാൾ ചതിക്കും',
'പള്ളിച്ചാനെ കണ്ടാൽ കാലുകടയും'
'അരിയെത്ര മാപ്പിളേ
പയറഞ്ഞാഴ്യമ്മേ്യാ,'

എന്നിങ്ങനെ ജാതിസംബന്ധമായ പഴഞ്ചൊല്ലുകൾ നിരവധിയാണ്.

'കണിയാനെ പിടിച്ച്
തെങ്ങിന്മേൽ കേറ്ററുത്'
'കണികളേറിയാൽ തുള്ളലാകാ'
'കണിയാൻ പല്ലക്കേറിയാൽ
കാണുന്നവരെ തൊഴാൻ താഴെയിറങ്ങും'

തുടങ്ങി കണിയാന്മാരെക്കുറിച്ചുതന്നെ അനേകം ചൊല്ലുകളുണ്ട്.

'ജാതിക്കു ജാതി പക' എന്നാണ് പഴമൊഴി. തൊട്ടുകൂടായ്മ, തീണ്ടിക്കൂടായ്മ എന്നിവ സംബന്ധിച്ച ചൊല്ലുകൾ കാണാൻ കഴിയും. 'ഈച്ചേനത്തിന്ന് ജാതികളയരുത്' എന്നൊരു പഴഞ്ചൊല്ല് ഉത്തരകേരളത്തിലുണ്ട്. മാംസം ഭക്ഷിച്ചാൽ ജാതി ഭ്രഷ്ടാകുമെന്ന് വിശ്വസിക്കുന്നവരുടെ ഇടയിലാണ് ഈ ചൊല്ലിന് കൂടുതൽ പ്രാചുര്യം. വളരെ നിസ്സാരമായ കാര്യത്തിനുവേണ്ടി വലിയ കാര്യം നഷ്ടപ്പെടുത്തരുതെന്നാണ് അതിലെ ആന്തരികാർഥം.

'ഒരിക്കാ തൊട്ടാൽ വരിക്കച്ചക്ക
രണ്ടോട്ടം തൊട്ടാ തേങ്ങാപ്പൂള്
മുന്നോട്ടം തൊട്ടാ മുങ്ങിക്കുളി'

എന്ന ചൊല്ലിലൂടെ തൊട്ടുകൂടായ്മ തുടങ്ങിയ അനാചാരങ്ങളെ ഹാസ്യഗർഭമായി വിമർശിക്കുകയാണ് ചെയ്യുന്നത്.

ഗാർഹിക വിഷയങ്ങളെ പശ്ചാത്തലമാക്കിയുള്ളവയാണ് പഴഞ്ചൊല്ലുകളിൽ മറ്റൊരിനം. 'അരി നാഴിക്കും അടുപ്പുകല്ല് മൂന്ന് വേണം', 'അപ്പം തിന്നാൽപ്പോരേ കുഴിയെണ്ണണോ?' 'ഒരപ്പം തിന്നാലും നെയ്യപ്പം തിന്നണം', 'ഉരലിന്റെ ചോട്ടിലിരുന്നാൽ കുത്തുകൊള്ളും', 'ഉണ്ടോനറിയുമോ ഉണ്ണാത്തോന്റെ വിശപ്പ്', 'ഉണ്ണുന്നോനറിയില്ലെങ്കിൽ ഊട്ടുന്നോനറിയണം', 'കരയുന്ന കുഞ്ഞിനേ പാലുള്ളൂ', 'വേവ്യോളം നിന്നാൽ തണിയോളം നിന്നുകൂടെ?', 'ചട്ട്വമെന്ത് സ്വാദറിഞ്ഞു', 'ഒരു വറ്റിനി ഒമ്പതു പട്ടിണി', അടച്ചുവേവിച്ച കറിയും അടിച്ചുവളർത്തിയ പെണ്ണും', 'ഉണ്ണുമ്പോൾ ഓശാരവും ഉറങ്ങുമ്പോൾ ആചാരവുമില്ല' എന്നിവ ഈ വിഭാഗത്തിൽപ്പെടുന്നു.

ക്ഷേത്രാന്തരീക്ഷത്തിൽ ജനിച്ച ചില പഴമൊഴികൾ രസകരങ്ങളാണ്. 'തേവര് പ്രസാദിച്ചാലും പൂജാരി പ്രസാദിക്കില്ല' എന്ന ചൊല്ല് ഇന്നും സംഭാഷണങ്ങളിൽ പ്രയോഗിക്കാറുണ്ട്. മേൽഘടകം അനുകൂലമായാലും കീഴ്ഘടകം അനുകൂലമായി പ്രവർത്തിക്കാത്തതിനെ സൂചിപ്പിക്കാൻ ഈ മൊഴിയിലൂടെ സാധിക്കും. 'അക്കരശ്ശാന്തി ഇക്കരസമുദായം' എന്നത് രണ്ടിടത്ത് പ്രവർത്തിക്കേണ്ടിവരുന്നതിനെയാണ് വ്യക്തമാക്കുന്നത്. 'അമ്പലം വിഴുങ്ങിക്ക് വാതിൽപ്പലക പപ്പടം', 'ആനയില്ലാത്ത ആറാട്ട്', 'നിവേദ്യച്ചോറിന് ഉപ്പുവേണ്ട' എന്നിവയും ക്ഷേത്രസംസ്കാരവുമായി ബന്ധപ്പെടുന്നു. 'ഗുരുവായൂരപ്പനെവിളിക്കും വേണം കുറുന്തോട്ടി പറിക്കും വേണം' എന്ന പഴമൊഴി സ്വന്തം കാര്യം വിടാതെയുള്ള ഭക്തപ്രകടനത്തെയാണ് കാണിക്കുന്നത്.

ക്ഷമ, സ്ഥിരത, ഐക്യം എന്നിവയെ പശ്ചാത്തലമാക്കിയുള്ള പഴഞ്ചൊല്ലുകളുണ്ട്. 'മെല്ലെ തിന്നാൽ മുള്ളും തിന്നാം', 'മുള്ളെങ്കിലും മുറുകെ പിടിക്കണം', 'പാലം കുലുങ്ങ്യാലും കേളൻ കുലുങ്ങൂല', 'നിലയ്ക്കു നിന്നാൽ മലയ്ക്ക് സമം', 'ഒത്തുപിടിച്ചാൽ മലയും പോരും', 'പലതുള്ളിപെരുവെള്ളം', 'ചത്തുകിടക്കിലും ഒത്തുകിടക്കണം' തുടങ്ങി അനേകം ചൊല്ലു

കൾ പ്രാചുര്യത്തിലിരിക്കുന്നു. 'ഇരിപ്പിടമുറപ്പിച്ചിട്ടുവേണം പടിപ്പുര തുറക്കാൻ' എന്നാണ് പണ്ടത്തെ ചൊല്ല്. 'വാക്കിൽ പിഴയും നെല്ലിൽ പതിരും' വന്നു പോകരുതെന്ന് പറയാറുണ്ട്. 'ആയിരം വാക്ക് അരപ്പലംതൂങ്ങാ' എന്ന് പണ്ടുള്ളവർ മനസ്സിലാക്കിയിരുന്നു. 'കൈയിൽനിന്ന് വീണാലെടുക്കാം, വായിൽ നിന്ന് വീണാൽ എടുത്തുകൂടാ' എന്ന ചൊല്ല് പരമാർഥകഥനം മാത്രമാണ്.

'പൊരുളും പൊരുത്തവും അറിയാവുന്നവരായിരുന്നു പണ്ടുള്ളവർ. 'മുള്ളെടുക്കുവാൻ മുള്ളുതന്നെ വേണ'മെന്നും, 'ശഠനോടു ശാഠ്യ'മേ പറ്റുകയുള്ളുവെന്നും അവർ മനസ്സിലാക്കിയിരുന്നു. 'പുല്ല് തച്ച നെല്ലുണക്കാൻ പഴകിപ്പറിഞ്ഞ പായ'യാണ് വേണ്ടതെന്ന് അറിഞ്ഞുകൂടാത്തവരില്ല. വൈരുധ്യഭാവ ചിത്രീകരണത്തിലും പഴമൊഴികൾ സമർഥങ്ങളാണ്. 'ആലിപ്പഴം* പൂക്കുമ്പോൾ കാക്കയ്ക്ക് വായിപ്പുണ്ണ്' എന്ന ചൊല്ല് അതിന് തെളിവാണ്.

ദുർമ്മോഹം, ഏഷണി, പരദൂഷണം, സ്വാർഥം, കലഹം, വിഷയലമ്പടത, തട്ടിപ്പ്, കൂറുമാറ്റം, ചതി തുടങ്ങിയ ദോഷങ്ങളെയും ദൗർബല്യങ്ങളെയും അനാവരണം ചെയ്യുകയാണ് പഴഞ്ചൊല്ലുകളുടെ ലക്ഷ്യം. 'കട്ടിലുകണ്ട് പനിക്കേണ്ട' എന്ന ചൊല്ല് മറ്റൊരാളുടെ സ്ഥാനം ഒഴിയുവാൻ കാത്തിരിക്കുന്നവരുടെ നേർക്കുള്ള ഹാസ്യാത്മകമായ വിമർശനമാകുന്നു. 'അതിമോഹം പെരുംചേത'മാണല്ലോ. 'ചക്ക തിന്നുന്തോറും പ്ലാവ് വെപ്പാൻ തോന്നും' എന്നൊരു ചൊല്ല് ഉത്തരകേരളത്തിലുണ്ട്. കിട്ടുന്തോറും ആഗ്രഹം വർധിച്ചുവരുന്നതിനെക്കുറിച്ചുള്ളതാണത്. 'മീശനരച്ചാലും ആശ നരക്കില്ല'ല്ലൊ. 'ചുണ്ടിൽ പിടിച്ചത് പുല്ലിൽ പോകു'മെന്നാണ് പഴമൊഴി. ലുബ്ധന് ഇരട്ടിച്ചെലവു'തന്നെ പറ്റും. 'വാക്കെത്തിയോന്റെ വാളെത്തില്ല' എന്ന് പഴമക്കാർ പറയാറുണ്ട്. വാക്കിലെ ശൗര്യം കർമത്തിലില്ലാത്തവരെ വിമർശിക്കുന്നതാണ് ആ ചൊല്ല്. മറ്റുള്ളവർക്ക് ശല്യം ചെയ്യുന്ന അതിസമർഥന്മാർ ഒടുവിൽ കെണിയിൽപ്പെടും. 'കാക്കേരെ വായിലേ അട്ടചാവൂ' എന്ന പഴഞ്ചൊല്ല് അതാണ് വ്യക്തമാക്കുന്നത്. തന്റെ നില മറന്നു പ്രവർത്തിക്കരുതെന്ന് ഉപദേശിക്കാൻ 'തലമറന്നെണ്ണതേക്കരുത്' എന്ന ചൊല്ല് പ്രയോഗിക്കാറുണ്ട്. 'കണ്ടതെല്ലാം കൊണ്ടാൽ കൊണ്ടതെല്ലാം കടം', 'കടം അപകടം സ്നേഹത്തിനു വികടം' എന്നീ ചൊല്ലുകൾ തന്റെ സ്ഥിതിയോർക്കാതെ കടം വാങ്ങുന്നവർക്കുള്ള താക്കീതാണ്.

അനർഹമായ ചേർച്ച ഗുണപ്രദമല്ലെന്ന് 'ഏച്ചു കെട്ടിയാൽ മുഴച്ചു നിൽക്കു'മെന്ന ചൊല്ലിൽ സൂചിപ്പിക്കുന്നു. കാര്യം നേടുന്നതുവരെ അന്യരെ മാനിക്കുകയും പിന്നെ അവരെ അപമാനിക്കുകയും ചെയ്യുകയെന്നത് പലരുടെയും പതിവാണല്ലോ.' 'പാലം കടക്കോളം നാരായണ, പാലം കടന്നാലോ കോരായണ' എന്ന ചൊല്ല് അത്തരക്കാരുടെ സ്വഭാവത്തെയാണ് വ്യക്തമാക്കുന്നത്. 'ഉണ്മാൻ കൊടുത്താൽ അമ്മാച്ചൻ

* അത്തിപ്പഴം

അല്ലെങ്കിൽ കുമ്മാച്ചൻ' എന്ന ചൊല്ലും അതിനു സമാനമാണ്. മറ്റുള്ളവരുടെ ഗുണത്തിനുവേണ്ടി യത്നിക്കുന്നവർ കുറയും. 'കൈലാസം നന്നാവാൻ ആരെങ്കിലും ശിവരാത്രി നോൽക്കാറുണ്ടോ?' എന്ന ചൊല്ലിന്റെ പൊരുൾ അതാണ്. സ്വന്തം ദോഷങ്ങളെ മറച്ചുവെച്ച് അന്യരുടെ ദോഷങ്ങളെ എടുത്തുപറയുന്നത് 'മുഖം നന്നല്ലാഞ്ഞിട്ട് കണ്ണാടി പൊളിക്കു'ന്നതുപോലെയാണ്.

'ചാണം* ചാരിയാ ചാണം മണക്കും
ചന്ദനം ചാരിയാ ചന്ദനം മണക്കും,'

എന്ന ചൊല്ല്. സംസർഗ്ഗം കൊണ്ട് ഉണ്ടാകാവുന്ന ഗുണദോഷങ്ങളെയാണ് വ്യംഗ്യമര്യാദയിൽ സൂചിപ്പിക്കുന്നത്. 'കൂട്ടത്തിൽ കൂടിയാൽ കൂക്കിരിവമ്പൻ' എന്ന ചൊല്ലും അത്തരത്തിലുള്ളതാണ്.

മറ്റുള്ളവർ ചെയ്യുന്ന കർമങ്ങൾക്ക് തടസം സൃഷ്ടിക്കുന്നത് നന്നല്ല. 'അമ്മിക്കുട്ടി കിണറ്റിലിട്ടാൽ മങ്ങലം മുടങ്ങുകയില്ല'ല്ലോ. അഹങ്കാരവും പര പരിഹാസവും അരുതെന്ന് ഉദ്ബോധിപ്പിക്കുന്നവയാണ് പല ചൊല്ലുകളും. 'തന്നിൽച്ചെറുത് തനിക്കിര'യാണെന്നു കരുതി കയ്യൂക്കുകൊണ്ട് വിജയംനേടാൻ ശ്രമിക്കുന്നവരുടെ നേർക്കുള്ള വിമർശനമാണ് ചില ചൊല്ലുകൾ. 'അൽപ്പന് ധനം കിട്ടിയാൽ അർധരാത്രിക്കും കുടപിടിക്കും' എന്ന ചൊല്ല് എത്രയോ പരമാർഥമാണ്. ചതിയും വഞ്ചനയും അരുത്.

'പൊട്ടനെ ചട്ടൻ ചതിച്ചാൽ
ചട്ടനെ ദൈവം ചതിക്കും.'

എന്നാണ് വിശ്വാസം. 'ചുമലിലിരുന്ന് ചെവി കരളരുത്' എന്ന ചൊല്ല്, അടുത്തുകൂടി വഞ്ചിക്കുന്നവർക്കുള്ള ഉപദേശമാണ്. 'ഇരിക്കാൻ കൊടുത്താൽ കാലു നീട്ടാറുണ്ടോ' എന്ന ചൊല്ലും വഞ്ചനയെ സംബന്ധിക്കുന്നതുതന്നെ. 'തട്ടിപ്പറിച്ചാൽ പൊട്ടിത്തെറിക്കു'മെന്നാണ് പണ്ടുള്ളവരുടെ ചൊല്ല്.

"അറുപതുകഴിഞ്ഞാൽ അത്തുംപുത്തും
എഴുപതുകഴിഞ്ഞാൽ എന്തോ ഏതോ,"

എന്ന ചൊല്ല് പ്രായം വരുത്തുന്ന വിനയുടെ സ്വഭാവമാണ് വ്യക്തമാക്കുന്നത്. 'ഏഴിൽ തിരിയാത്തവന് എഴുപതിലും തിരിയില്ല', 'തന്നത്താനറിഞ്ഞില്ലെങ്കിൽ പിന്നെത്താനറിയും', 'കണ്ടാലറിയാത്തോൻ കൊണ്ടാലറിയും' എന്നീ ചൊല്ലുകൾ ശ്രദ്ധേയങ്ങളാണ്.

"അഞ്ജനമെന്നതെനിക്കറിയാം
മഞ്ഞളുപോലെ വെളുത്തിറ്റ്."

എന്ന, വൃത്തബദ്ധമായ മൊഴി വകതിരിവില്ലായ്മക്ക് ദൃഷ്ടാന്തമത്രെ. കാര്യംസംഭവിച്ചശേഷം അതിനുവേണ്ടി മുറവിളികൂട്ടിയിട്ട് പ്രയോജനമില്ലല്ലൊ. 'കള്ളൻ കയറിയിട്ട് എട്ടാം ദിവസമാണോ കൂക്കേണ്ടത്' എന്ന ചൊല്ല് അതാണ് സൂചിപ്പിക്കുന്നത്. മറ്റുള്ളവരുടെ ദോഷാരോപണം ചിലപ്പോൾ തടയുവാൻ കഴിഞ്ഞില്ലെന്നുവരാം. 'പരക്കെ പെയ്യുന്ന മഴയ്ക്ക്

---

* ചാണകം

കുട പിടിക്കാനാവില്ല' എന്നാണല്ലോ പഴമൊഴി.

'എത്താത്ത കൊമ്പിന് കൊക്കയിടരുത്' എന്ന ചൊല്ലിന്റെ അർഥം അസാധ്യമായ കാര്യത്തിന് യത്നിക്കരുതെന്നാണ്. 'ആവോളം തുടങ്ങരുത്, തുടങ്ങ്യാലൊട്ടുമുടക്കരുത്' എന്നത് ഇന്നും നാം ധരിക്കേണ്ട തത്വമാണ്. മറ്റുള്ളവരെ വൃഥാ മോഹിപ്പിക്കരുത്. 'ആന കൊടുത്താലും ആശ കൊടുക്കരുതെ'ന്നാണ് പഴയ ചൊല്ല്.

പഴഞ്ചൊല്ലുകളിലൂടെയുള്ള വിമർശനത്തിന് വിധേയമായ ഒരു മാനുഷിക ദൗർബല്യമാണ് എടുത്തുചാട്ടം. 'അമ്മ തോടുചാടിയാൽ മകൾ ആറുചാടും', 'പുത്തൻപ്പെണ്ണ് പുരപ്പുറം അടിക്കും' എന്നിവ സ്ത്രീകളെ സംബന്ധിച്ചുള്ളവയാണ്. 'പെണ്ണൊരുമ്പെട്ടാൽ ബ്രഹ്മന്നും തടുക്കാനാവില്ല' എന്നാണ് പഴമൊഴി. 'അണ്ടിയോ മൂക്കല് മാവോ മൂക്കല്' എന്ന കിടമത്സരവും ഉപേക്ഷിക്കേണ്ടതാണ്.

'അടിച്ചവഴിയെ പോയില്ലെങ്കിൽ
പോയ വഴിയെ അടിക്കണം'*

എന്നൊരു ചൊല്ലുമുണ്ട്. അനുസരണബുദ്ധിയില്ലാത്തവരോട് കൈക്കൊള്ളേണ്ട നയമാണ് അതിൽ സൂചിപ്പിക്കുന്നത്. 'അങ്ങാടിപയ്യ് ആലേല് നിക്കില്ല' എന്ന ചൊല്ല് മനുഷ്യർക്കു കൂടി ബാധകമാണ്.

ജീവിതരഹസ്യങ്ങൾ മറ്റുള്ളവരോട് പറയേണ്ട ആവശ്യമില്ല. 'കാടിയായാലും മൂടിക്കുടിക്കണം' എന്നാണ് പണ്ടുള്ളവരുടെ നില. 'ചേരേന പെറ്റാലും മുറംകൊണ്ട് പൊത്തണം' എന്നൊരു പഴമൊഴിയുണ്ട്. സ്വയം ഉപാലംഭനം നടത്തിയിട്ട് കാര്യമില്ല. 'അവനവന്റെ പല്ലിൽ കുത്തി മണപ്പിക്കുന്നതെന്തിന്?' കാലദേശാദികൾക്കനുസരിച്ച് നീങ്ങണം. 'കാലം പോലെ കോലം' എന്നാണല്ലോ പഴമൊഴി. 'ചേരേന തിന്നുന്ന നാട്ടിലെത്തിയാൽ നടുക്കഷണം തിന്നണം' എന്നു പറയാറുണ്ട്. 'തവിടു തിന്നാലും തകൃതി കളയരുതെ'ന്ന് വിചാരിക്കുന്നവരും കുറവല്ല, 'അരപ്പണി ആശാനേയും കാണിക്കരുത്' എന്ന ചൊല്ല് അർഥവത്താണ്. ജീവിതത്തിൽ ചില കൃത്യങ്ങളൊക്കെ വേണം. 'ആറ്റിൽ കളഞ്ഞാലും അളന്നുകളയണം' എന്ന ചൊല്ലിന്റെ പൊരുൾ അതാണല്ലോ. 'പറഞ്ഞാൽ മറക്കണം, ഉണ്ടാൽ വിശക്കണം' എന്നാണ് പണ്ടുള്ളവർ പറയാറുള്ളത്. 'ഇക്കര നിൽക്കുമ്പോൾ അക്കരപ്പച്ച' എന്ന മിഥ്യാഭ്രമം അഭിലഷണീയമല്ല.

വേണ്ടുന്ന സന്ദർഭത്തിൽ പ്രവർത്തിക്കാതെ പിന്നീട് അതിന് ശ്രമിക്കുന്ന പതിവ് പലർക്കുമുണ്ട്, 'അടികഴിഞ്ഞിട്ട് വടിവെട്ടാൻ പോകുന്ന'തുകൊണ്ട് പ്രയോജനമില്ല. 'ചാത്തം കഴിഞ്ഞിട്ടോ പഞ്ചസാര വിളമ്പേണ്ടത്?' ചിലർ ചെയ്യേണ്ട കാര്യങ്ങൾ സ്വയം ചെയ്യുകയോ, മറ്റുള്ളവരെ ചെയ്യുവാൻ അനുവദിക്കുകയോ ചെയ്യാറില്ല. 'പട്ടിയൊട്ടു തിന്നുകയുമില്ല, പശൂനൊട്ട് കൊടുക്കയുമില്ല', 'താനൊട്ട് കിടക്കയുമില്ല, മറ്റൊരാൾക്ക് പായ കൊടുക്കയുമില്ല' എന്നീ പഴഞ്ചൊല്ലുകൾ ആ യാഥാർഥ്യത്തെയാണ് വ്യംഗ്യഭംഗിയിൽ അവതരിപ്പിക്കുന്നത്.

* തെളിച്ച വഴിയേ പോയില്ലെങ്കിൽ
പോയ വഴിയേ തെളിക്കണം.'

8

കാവ്യാത്മകത

ഭാവിയിലേക്ക് കരുതിവെയ്ക്കണമെന്ന് ഉദ്ദേശിക്കുന്നതേതും താളബദ്ധമോ വൃത്തഗന്ധിയോ ആയി ആവിഷ്കരിക്കുകയെന്നത് മനുഷ്യസ്വഭാവമാണ്. ഇതിലൂടെ ഉന്നതീകൃതമായ ഒരു ഭാഷ അവ അവലംബിക്കുന്നു. എഴുത്തും വായനയും ഇല്ലാതിരുന്ന കാലങ്ങളിൽ ഈ ഉന്നതീകരണം വളരെയേറെ സഹായകമായിത്തീർന്നിരിക്കണം. പഴഞ്ചൊല്ലുകളും കടംകഥകളും കവിതയുടെ ഉദയകാലസ്വഭാവത്തെയാണ് പ്രകടമാക്കുന്നതെന്ന് പറയാം.

പഴഞ്ചൊല്ലുകളും കടംകഥകളും പദ്യരൂപത്തിലുള്ളവയാണെന്നും, 'അടി'യുടെ നിയന്ത്രണം അവയ്ക്കില്ലെന്നും *തൊൽക്കാപ്പിയ*ത്തിൽ പറയുന്നുണ്ട് (33,39,57). കവിതകളിലെന്ന പോലെ പാദങ്ങൾ നിശ്ചിതരൂപത്തിലോ എണ്ണത്തിലോ ആയിരിക്കണമെന്നില്ലെന്നാണ് അതിലുള്ള സൂചന. മലയാളത്തിലെ പഴഞ്ചൊല്ലുകൾ മിക്കതും ഒറ്റപാദത്തിലുള്ളവയാണ്. ഹൃദ്യവും ഹ്രസ്വവും രോമാഞ്ചദായകവും മൃദുലഭാവങ്ങളെ അഭിവ്യഞ്ജിപ്പിക്കുന്നവയുമായ അഭിലഷണീയ വസ്തുക്കളുടെ ഉപപത്തി നിർദേശിക്കുവാൻ ഉദ്ദേശിച്ചുകൊണ്ടുള്ളവയാണ് 'മുതുമൊഴി'കളെന്ന് *തൊൽക്കാപ്പിയ*ത്തിൽ (33:61) പ്രത്യേകം എടുത്തുപറയുന്നുണ്ട്. പഴമൊഴിയുടെ കാവ്യാത്മകതയിലേക്ക് വിരൽചൂണ്ടുന്നതാണ് ഈ പരാമർശം.

മലയാളത്തിലെ പഴഞ്ചൊല്ലുകൾക്ക് ഈ ഹൃദ്യതയുണ്ടെന്നുള്ളത് അനുക്തസിദ്ധമാണ്. 'പഴഞ്ചൊല്ലുകൾ ഭാഷയ്ക്ക് ഒരു അലങ്കാരമാണെന്നുള്ളത് സർവസമ്മതമാണല്ലൊ. ഈ അലങ്കാരം പ്രായേണ എല്ലാ ഭാഷകൾക്കും ഉണ്ട്. എങ്കിലും പഴഞ്ചൊല്ലുകൾക്കാവശ്യമായ 'ചുരുക്കം ചാതുര്യം ചാർഥം' നോക്കിയാൽ മലയാള പഴഞ്ചൊല്ലുകൾ ഇതരഭാഷ

കളിലെ പഴഞ്ചൊല്ലുകളേക്കാൾ വിശേഷമാണെന്ന് നിഷ്പക്ഷ വാദികളായ എല്ലാവരും സമ്മതിക്കാതിരിക്കയില്ല. ഇംഗ്ലീഷിൽ അനവധി പഴഞ്ചൊല്ലുകൾ ഉണ്ടെങ്കിലും മലയാളത്തിലെ ചില പഴഞ്ചൊല്ലുക ളെപ്പോലെ ചാതുര്യവും അർഥപുഷ്ടിയുമുള്ള പഴഞ്ചൊല്ലുകൾ ചുരു ക്കമാണ് (11:മുഖവുര i) എന്നിപ്രകാരം മലയാള പഴഞ്ചൊല്ലുകളുടെ ആദ്യ കാല സമാഹർത്താക്കളിലൊരാളായ പൈലോപോൾ അഭിപ്രായപ്പെട്ടി ട്ടുണ്ട്. മലയാള പഴഞ്ചൊല്ലുകളുടെ സംക്ഷിപ്തത, ആശയപുഷ്ടി. സംവേ ദനക്ഷമത, ചന്തം, രസികത്വം തുടങ്ങിയ ഗുണങ്ങളെല്ലാം നല്ലപോലെ ഗ്രഹിച്ചുകൊണ്ടുള്ള അഭിപ്രായമാണത്.

മലയാളത്തിലെ പഴഞ്ചൊല്ലുകൾക്ക് കൊച്ചുകവിതകളുടെ രൂപഭം ഗിയും ചമൽക്കാരവുമുണ്ട്. പലതിനും ഈണം, താളം, പ്രാസം എന്നിവ ഒത്തിണങ്ങിയിരിക്കും. ലോകസ്വഭാവം മിതവും സാരവുമായി ആവിഷ്ക രിക്കാൻ പഴമൊഴികൾക്ക് കഴിയുന്നു. അതാണല്ലോ വാഗ്മിതയുടെ ലക്ഷ ണവും. സാരസംക്ഷിപ്തമായ അതിലെ ആശയത്തെയും വ്യംഗ്യാർഥ വിശേഷത്തെയും എത്രവേണമെങ്കിലും വിപുലീകരിക്കാനും പുഷ്ടിപ്പെ ടുത്താനും സാധിക്കും. ഗൂഢാർഥ വിശദീകരണമോ വ്യാഖ്യാനമോ അവയ്ക്ക് ആവശ്യമായി വരാം.

'അന്നവിചാരം/മുന്നവിചാരം
പിന്നവിചാരം/കാര്യവിചാരം',
'അരണകടിച്ചാ/ലുടനെ മരണം',
'അരചൻവീണാ/പ്പടയില്ലാ',
'ഞാറുറച്ചാൽ/ചോറുറച്ചു',
'ചക്കിനിവെച്ചതു/കൊക്കിനുകൊണ്ടു',
'ആരാന്റെ കത്തി/എന്നെ വന്നു കൊത്തി',
'പുതുമാട്/പുല്ല് പേറും'

തുടങ്ങിയ ചൊല്ലുകൾ താളവും ഈണവും പ്രാസവും ഒത്തിണങ്ങിയ വയാണ്. അനുപ്രാസം, അന്ത്യപ്രാസം തുടങ്ങിയ ശബ്ദാലങ്കാരങ്ങൾക്ക് പഴഞ്ചൊല്ലുകളിൽ ഒരു കുറവും കാണുകയില്ലെന്ന് സാമാന്യമായി പറയാം.

'വിത്താഴം ചെന്നാൽ
പത്തായം നിറയും',
'ഉണ്ടോരെ ഭാഗ്യം
ഉഴുതേടം കാണാം',
'ഞാറ്റിൽ പിഴച്ചാൽ
ചോറ്റിൽ പിഴയ്ക്കും'

എന്നീ പഴമൊഴികളിൽ തുല്യമാത്രകൾവീതം വരുന്ന ഈരണ്ട് ഖണ്ഡ ങ്ങളാണുള്ളത്.

'മെല്ലെ തിന്നാൽ/മുള്ളും തിന്നാം',
'കൊന്നാൽപ്പാവം/തിന്നാൽത്തീരും',

'ഓലേലായാൽ/ശീലേലായി',
'തട്ടാൻ തൊട്ടാ/ലെട്ടാലൊന്ന്'

എന്നിവ ഒരേ ചൊൽവടിവിൽ വരുന്നവയാണ്. നന്നാല് അക്ഷരങ്ങളും എട്ടെട്ടുമാത്രകളും വീതം വരുന്ന ഈരണ്ട് ഖണ്ഡങ്ങൾ ഇവയോരോന്നിലും കാണാം.

'പാരമ്പര്യം/പാറിക്കടിക്കും',
'ഭജനം മൂത്താ/ലൂരായ്മ',
'തോണികടന്നാ/തുഴ വേണ്ട'

എന്നിവയും പ്രത്യേക ചൊൽവടിവിലുള്ളവയാണ്.

'തല്ലും കുത്തും ചെണ്ടക്ക്
അപ്പോം ചോറും മാരാന്ന്',
'വാവറുതി ഗ്രഹണം
ഊണറുതി മരണം'

എന്നീ ചൊല്ലുകളിൽ വർണസംഖ്യയ്ക്ക് വ്യത്യാസമില്ല. നാലും മൂന്നും അക്ഷരങ്ങൾ വീതമുള്ള രണ്ടു ഖണ്ഡങ്ങളോടുകൂടിയ ഈരണ്ടു പാദങ്ങൾ ഓരോന്നിലുമുണ്ട്. പക്ഷേ, ചൊൽവടിവിൽ ഭിന്നത കാണാം.

'അഹങ്കരിച്ചാൽ/മുഖം കറുക്കും',
'മൂക്കു പിടിച്ചാൽ/വായ തുറക്കും'

എന്ന പഴമൊഴികളും സവിശേഷ ചൊൽവടിവിലുള്ളവയാണ്.

'നെയ്യപ്പം തിന്നാൽ/രണ്ടുണ്ട് കാര്യം
വായും മിനുങ്ങും/വട്ടീം[1] നിറയും'

എന്ന പഴഞ്ചൊല്ലിലെ താളാത്മക സൗന്ദര്യം നിറഞ്ഞ ചൊൽവടിവ് നുറുങ്ങ് കവിതയുടെ പ്രതീതിയാണ് ജനിപ്പിക്കുന്നത്.

'കള്ളർക്കായിരം-പിള്ളർക്കായിരം
ഉടയോന്-പന്തീരായിരം'

എന്ന മൊഴി പ്രത്യേക ചൊൽവടിവിലുള്ളതാണ്.

'അറിഞ്ഞിരുന്നാൽ/ഫലം ചുരുങ്ങും',
'അരിയെറിഞ്ഞാ/ലായിരം കാക്ക'

എന്നീ പഴഞ്ചൊല്ലുകളിൽ, അയ്യഞ്ചക്ഷരവും എട്ടെട്ട് മാത്രയുമുള്ള രണ്ടു ഖണ്ഡങ്ങൾ വീതമാണ് വരുന്നത്.

'അകത്തു കത്തി/പുറത്തു പത്തി',
'വീശം[2] കൊതിച്ചു/കാണം കളഞ്ഞു',
'പൂച്ചവീണാൽ/നാലു കാലിൽ',
'തേടിയ വള്ളി/കാലിൽ ചുറ്റി'

എന്നീ ചൊല്ലുകളിൽ തുല്യമാത്രകളുള്ള ഈരണ്ട് ഖണ്ഡങ്ങൾ വീതം വരുന്നു.

---

1 വയറും

2 കാണപ്പലിശ

'നാരകം നട്ടെടം
കൂവളം കെട്ടെടം
നാരീകയർത്തെടം
നാഥനില്ലാത്തിടം'

എന്ന പഴഞ്ചൊല്ലിൽ ഓരോ വരിയിലും, ആറക്ഷരം വീതം വരുന്നുണ്ടെന്നു മാത്രമല്ല, അഞ്ചു മാത്രവീതമുള്ള ഈരണ്ടു ഖണ്ഡങ്ങളും വരുന്നു.

'സമ്പത്തുകാലത്തു കാപത്തുവെച്ചാൽ
ആപത്തുകാലത്തു കാപത്തു തിന്നാം'

എന്ന പഴമൊഴി ശരിക്കും വൃത്തബദ്ധമാണ്. ഗ്രാമീണ ജനങ്ങളുടെ ചുണ്ടുകളിൽനിന്നും വഴിയുന്ന കീർത്തനകൃതികളിലെ ചൊൽവടിവ് ഇതിനുണ്ടെന്നു കാണാം. എ ആർ രാജരാജവർമ്മ 'വൃത്തമഞ്ജരി'യിലെ 'കല്യാണീ' വൃത്തലക്ഷണമാണ് ഇതിനിണങ്ങുന്നത്.

മുച്ചിങ്ങം/മഴയില്ലെങ്കിൽ
അച്ചിങ്ങം/മഴയേയില്ല'

എന്ന ചൊല്ലിൽ, ഓരോ പാദത്തിലും ആറും എട്ടും മാത്രവീതമുള്ള രണ്ടു ഖണ്ഡങ്ങൾ വീതം വരും. ഓട്ടൻതുള്ളൽ വൃത്തമായ മദമന്ഥരയുടെ ലക്ഷണം ഇതിന് യോജിക്കുന്നു.

തൂറാത്തോൻ/തൂറുമ്പം/തീട്ടംകൊ/ണ്ടാറാട്ട്/'

എന്ന പഴമൊഴി സഭ്യേതരമാണെങ്കിലും, താളാത്മകതയുള്ളതാണ്. 'ശീലാവതി' എന്ന നാടൻ ഗാനമട്ടിന്റെ ആദ്യപാദത്തിനുള്ള ചൊൽവടിവ് ഇതിനുണ്ട്. ഒന്നിലും ഏർപ്പെടാത്ത ആൾ ഏതെങ്കിലും കാര്യത്തിൽ ആദ്യമായി പുറപ്പെടുമ്പോൾ, ആ പ്രവൃത്തി പ്രബലമായിരിക്കുമെന്ന വ്യംഗ്യാർഥം ഈ ചൊല്ലിനെ അനുഗ്രഹിക്കുന്നു.

'പാലം കടക്കോളം നാരായണ
പാലം കടന്നാലോ കോരായണ'

എന്ന പഴമൊഴിക്ക് വടക്കൻപാട്ടുകഥകളുടെ ചൊൽവടിവുണ്ടെന്ന് സൂക്ഷ്മമായി പരിശോധിച്ചാൽ വ്യക്തമാകും.

ചുരുക്കത്തിൽ, കാവ്യാത്മക സൗന്ദര്യമുള്ളവയാണ് പഴഞ്ചൊല്ലുകളെന്ന് പറയാം. ശബ്ദാർഥങ്ങളുടെ സഹിതഭാവം അവയ്ക്കുള്ളതിനാൽ അവയെ ഗ്രാമീണ സാഹിത്യമായി പരിഗണിക്കാം. 'പ്രാസം, ബന്ധസാജാത്യം, അലങ്കാരസ്പർശം മുതലായവയാണ് പഴഞ്ചൊല്ലുകളുടെ പ്രധാന ധർമങ്ങൾ. ചുരുക്കിപ്പറയുക എന്നതും ഒരു ലക്ഷണം തന്നെ' (22:195). രൂപത്തിൽ ഹ്രസ്വമെങ്കിലും, അർഥപ്രകാശനത്തിന് കരുത്തുള്ളവയാണ് പഴമൊഴികൾ. സാധാരണക്കാർക്ക് നിത്യജീവിതത്തിൽ അവ വളരെ പ്രയോജനപ്പെടാറുള്ളതിനാൽ, അവയെ സാഹിത്യത്തിലെ 'ചില്ലറ നാണയ'ങ്ങളായി പരിഗണിക്കാറുണ്ട്.

ഘടനാസംവിധാനം

ഘടനാപരമായി നോക്കുമ്പോൾ പഴഞ്ചൊല്ലുകൾ മിക്കതിനും രണ്ടോ അതിൽ കൂടുതലോ ഘടകപദങ്ങൾ കാണാൻ കഴിയും. ക്രമാനുഗതമായ ശബ്ദവും താളവും ഉള്ളതായിരിക്കും ആ 'പദ' (റ്റേംസ്) ങ്ങൾ. സമാന സംയോജകശക്തിയോ, കാര്യകാരണബന്ധമോ ഉള്ള ആ ഘടകങ്ങൾ പരസ്പരം ചേർന്നാണ് അർഥസ്പൂർത്തിയുളവാക്കുന്നത്.

'കൊച്ചി കണ്ടവന് അച്ചിവേണ്ട',
'എറവെള്ളം എറുമ്പിനു സമുദ്രം',
'കറന്ന പാലിൽ കളങ്കമില്ല',
'വിശേഷദിവസം അശേഷപട്ടിണി',
'താണകണ്ടത്തിൽ എഴുന്നവിള'

എന്നിവ ലഘുരൂപത്തിലുള്ള ചൊല്ലുകളാണ്. ഇവയിൽ സമതുലിതമായ ഈരണ്ട് ഘടകങ്ങളേയുള്ളു.'

'ഈച്ചയ്ക്കും പൂച്ചയ്ക്കും അയിത്തില്ല'
'കാട്ടിലെ മരം-തേവരെ ആന-വലിയെടാവലി',
'കഷണ്ടിക്കും-കുശുമ്പിനും-മരുന്നില്ല'

എന്നീ ചൊല്ലുകളിൽ മുമ്മൂന്ന് ഘടകങ്ങളുണ്ട്.

'മരത്തിന് വേര് ബലം
മനുഷ്യന് ബന്ധു ബലം',
'പെണ്ണു കെട്ട്യാ കാലുകെട്ടി
മക്ക പിറന്നാ തൊണ്ടകെട്ടി',
'വീട്ടിൽ കടവും
മൂട്ടിൽ ചിരങ്ങും',
'ദൂരത്തെ വഴിക്ക്
നേരത്തെ പോകണം',
'എള്ളിട തെറ്റിയാൽ
വില്ലിട തെറ്റും',
'കാക്ക കണ്ടറിയും
കൊക്ക് കൊണ്ടേ അറിയൂ',
'ആളു നോക്കി പെണ്ണും
മരംനോക്കി കൊടിയും',
'ഊട്ടിനു മുമ്പും
ചൂട്ടിനു പിമ്പും',
'ആളറിഞ്ഞു പോകണം
പൊന്നണിഞ്ഞു നോക്കണം',
'ഉള്ളതു പറഞ്ഞാൽ
ഉറിയും ചിരിക്കും',
'ഇണങ്ങ്യാ നക്കിക്കൊല്ലും

പിണങ്ങ്യാ ഞെക്കിക്കൊല്ലും',
'ഇഷ്ടമില്ലാത്ത അച്ചി
തൊട്ടതെല്ലാം കുറ്റം',
'നായീനക്കാണുമ്പം കല്ലുകാണില്ല
കല്ലുകാണുമ്പം നായീനക്കാണില്ല',
'ആഴംമുങ്ങ്യാ ശീതില്ല
കുടുമക്കുമീതെ മർമില്ല',
'കടയ്ക്കൽ നനച്ചേ
തലയ്ക്കൽ പൊടിക്കൂ',
'കള്ളിക്കു വേലിവേണ്ട
ചുള്ളിക്കു കോടാലി വേണ്ട',
'കടിച്ചപട്ടിയെ കിട്ടിയില്ലെങ്കിൽ
കിട്ടിയപട്ടിയെ തല്ലുക',
'കണ്ണുള്ളപ്പോൾ കാണണം
പല്ലുള്ളപ്പോൾ തിന്നണം',
'ഒരു കൊമ്പിൽ പിടിച്ചാലും
പുളിങ്കൊമ്പിൽ പിടിക്കേണം',
'ഇണങ്ങിയ പക്ഷി കൂട്ടിൽ
ഇണങ്ങാപക്ഷി കാട്ടിൽ',

എന്നിവയിൽ, സമതുലിതമായ ഈ രണ്ടു ഘടകങ്ങളോടുകൂടിയ ഈരണ്ട് വാക്യങ്ങൾ അടങ്ങുന്നു.

'ആളുവില കല്ലുവില',
'അർഥം അനർഥം',
'മുൻകോപം പിൻദു:ഖം',
'വേലപോലെ കൂലി',
'ആകമൂങ്ങ്യാ ശീതില്ല',
'പെറ്റതെല്ലാം മക്കളല്ല',
'ഒഴുക്കുനീറ്റിൽ അഴുക്കില്ല',
'ക്ഷേത്രപാലന് പാത്രത്തിൽ',
'കാലത്തിനൊത്ത് കോലംകെട്ടണം',
'കുലയറ്റാൽ മടലിൽതങ്ങാ',
'കെട്ടിയമരത്തിന് കുത്തരുത്',
'നാക്കു നന്നെങ്കിൽ നാടടക്കാം',
'വീട്ടുപട്ടി വേട്ടയ്ക്കാകാ',

എന്നിവ ഈരണ്ടു പദങ്ങളോ പദസംഹിതകളോ ചേർന്ന് വരുന്നവയാണ്.

'തന്നിഷ്ടം പൊന്നിഷ്ടം
ആരാന്റിഷ്ടം വിമ്മിട്ടം'

എന്ന പഴഞ്ചൊല്ലിൽ ഈരണ്ടു പദസംഹിതകളുള്ള രണ്ടു പാദങ്ങളുണ്ട്.

'തേക്കാത്തെണ്ണധാര
ഉണ്ണാച്ചോറ് മണ്ണ്
ഉടുവാത്തുണിലാഭം'.

അരി കണ്ടുണ്ണേണം
തിരികണ്ടകിടക്കേണം
സന്തതികണ്ട് മരിക്കേണം'.

'കൊച്ചികണ്ടവനച്ചിവേണ്ട
കൊല്ലംകണ്ടവനില്ലം വേണ്ട
അമ്പലപ്പുഴവേല കണ്ടവനമ്മയും വേണ്ട'.
'കള്ളർക്കായിരം
പിള്ളർക്കായിരം
ഉടയോന് പന്തീരായിരം'

എന്നീ ചൊല്ലുകളിൽ, രണ്ടോ, കൂടുതലോ ഘടകങ്ങളോടുകൂടിയ മുമ്മൂന്ന് വാചകങ്ങളാണുള്ളത്. ഇതിനേക്കാൾ സങ്കീർണങ്ങളായ പഴഞ്ചൊല്ലുകളുമുണ്ട്'.

'പത്തായം പെറും
ചക്കികുത്തും
അമ്മവെക്കും
ഞാനുണ്ണും'

എന്നതിൽ നാല് ലഘുവാക്യങ്ങൾ അടങ്ങുന്നു.

'വാവ് വന്നു വാതിൽ തുറന്നു
നിറവന്നു തിറംകൂടി
പുത്തരിവന്നു പത്തരിവെച്ചു
ഓണംവന്നു ക്ഷീണംകൂടി'

എന്ന മൊഴിയിൽ, സമതുലിതമായ ഈരണ്ടു ഘടകങ്ങളോടുകൂടിയ നാല് പാദ(വാക്യ)ങ്ങൾ കാണാൻ കഴിയും.

9

വർഗീകരണം

പഴഞ്ചൊല്ലുകളിലെ ഘടകങ്ങളുടെ ചേർച്ചയെ ശാസ്ത്രീയമായ വർഗീകരണതത്വമനുസരിച്ച് തരംതിരിക്കാൻ കഴിയും. ബന്ധം, ഗുണം, വ്യാപ്തി, വ്യാപ്തി-ഗുണാർഥസൂചകം, പ്രകാരം, സമീകരണം എന്നിവയുടെ അടിസ്ഥാനത്തിലുള്ള തരംതിരിവാണ് ഇവിടെ ഉദ്ദേശിക്കുന്നത്.

1. ബന്ധപരം

ബന്ധപരമായി പഴഞ്ചൊല്ലുകളെ നിരുപാധികം, സോപാധികം എന്നിങ്ങനെ തരംതിരിക്കാം. രണ്ടു ഘടകമാണുള്ളതെങ്കിൽ, ആദ്യത്തേതിനെ രണ്ടാമത്തേത് ഉപാധികൂടാതെ സ്വീകരിക്കുകയോ, നിഷേധിക്കുകയോ ചെയ്യുന്നതാണ് നിരുപാധികമായ ചൊല്ലുകൾ.

'ചുമരിന്നും ചെവിയുണ്ട്',
'അട്ടയ്ക്കു പൊട്ടക്കുളം',
'പലതുള്ളി പെരുവെള്ളം',
'ഏറിപ്പോയാ കോരിപ്പോകും',
'ആനയ്ക്കു പന ചക്കര',
'അഷ്ടമശ്ശനി നഷ്ടംവരുത്തും',

എന്നിവ സ്ഥിരീകരണപരവും,

'ഒഴുക്കുനീരിൽ അഴുക്കില്ല',
'കൈപ്പുണ്ണിന് കണ്ണാടി വേണ്ട',
'കുടുമയ്ക്ക് മേലെ മർമ്മില്ല',
'പൊട്ടിയ കണ്ണിന് ചികിത്സയില്ല',
'ഏറെ വിളഞ്ഞാൽ വിത്തിനാകാ',
'പട്ടരിൽ പൊട്ടനില്ല',

'അടിയിലും മീതെ ഒടിയില്ല',
'നിറകുടം തുളുമ്പില്ല',
'തീയിൽ മുളച്ചത് വെയിലത്ത് വാടില്ല.'

എന്നിവ നിഷേധപരവും നിരുപാധികവുമായ മൊഴികളാകുന്നു.

രണ്ടു ഘടകമാണുള്ളതെങ്കിൽ ആദ്യത്തേതിനെ രണ്ടാമത്തേത് ഉപാധികളോടെ സ്വീകരിക്കുകയോ, നിഷേധിക്കുകയോ ചെയ്യുന്നവയാണ് സോപാധികങ്ങൾ. കാര്യകാരണബന്ധത്തിൽ ഘടകങ്ങൾ ചേർന്നുവരുന്ന പഴഞ്ചൊല്ലുകൾ തന്നെയാണവ.

'മൂക്കുപിടിച്ചാൽ വായ പിളർക്കും',
'കിട്ടേണ്ടതുകിട്ടിയാൽ കിടന്നുറങ്ങും',
'കക്കാൻ പഠിച്ചാൽ ഞേലാൻ പഠിക്കണം',
'ആളറിയാതെ തുപ്പിയാൽ,
ചെകിടറിയാതെ കിട്ടും',
'നീർക്കോലി കടിച്ചാൽ അത്താഴം മുട്ടും',
'അമിതമായാൽ അമൃതും വിഷം',
'എള്ളിട തെറ്റിയാൽ വില്ലിടതെറ്റും',
'ബദ്ധപ്പാട് വിനാശമുണ്ടാക്കും',
'മരത്തരം കാണുമ്പോൾ
പണിത്തരം തോന്നും',
'പതമുള്ളേടത്ത് പാതാളം',

എന്നിവ വിധിരൂപത്തിലുള്ള കാര്യകാരണ ബന്ധവാക്യങ്ങളും,

'ക്ഷണിക്കാതെ വന്നാൽ ഉണ്ണാതെ പോകാം',
'രണ്ടു തെറ്റ് ചെയ്താൽ ഒരു ശരിയാകയില്ല',
'ആന മെലിഞ്ഞാലും ആലേല് കെട്ടുകയില്ല',
'അധികാരി ചത്താൽ നികുതി വെക്കേണ്ട',
'ഈഴംകണ്ടവൻ ഇല്ലം കാണുകയില്ല',
'അങ്ങാടിക്കുപോകാൻ ചങ്ങാതിവേണ്ട',

എന്നിവ നിഷേധരൂപത്തിലുള്ള കാര്യകാരണ ബന്ധവാക്യങ്ങളുമാണ്.

2. ഗുണപരം

സാധാരണവാക്യങ്ങളെപ്പോലെ പഴഞ്ചൊല്ലുകളെയും വിധായകച്ചൊല്ലുകളെന്നും നിഷേധക ചൊല്ലുകളെന്നും രണ്ടായി തരം തിരിക്കാം. പഴഞ്ചൊല്ലുകളിലെ ഘടകങ്ങൾ നിയതാർഥ (വിധിരൂപ)ത്തിലും, നിഷേധരൂപത്തിലും വരാമത്രെ (31:120); അനുസരണ സമമൂല്യപദങ്ങൾ, നിഷേധ സമമൂല്യപദങ്ങൾ എന്നിങ്ങനെ സമമൂല്യപദങ്ങൾ രണ്ടുപ്രകാരമാണ്. സമമൂല്യപദങ്ങളെക്കൊണ്ട് ഘടകങ്ങളെ ബന്ധിപ്പിക്കുന്നതിന് ചില ഉദാഹരണങ്ങൾ എടുത്തുപറയാം:

'പനിക്കു പട്ടിണി',
'സമയം ധനം',

'പരിഹാസം പാപകരം',
'അത്യാശ അനർഥം',
'അത്താഴം അരവയറ്',
'ഉച്ചക്കുളി പിച്ചക്കളി',
എന്നിവ അനുസരണ (വിധായക) സമമൂല്യപദങ്ങൾ കൊണ്ടും,
'ധനം എല്ലാമല്ല',
'കാക്ക കുളിച്ചാൽ കൊക്കാകാ',
'അരിവിതച്ചാൽ നെല്ലാകാ',
എന്നിവ നിഷേധ സമമൂല്യപദങ്ങൾകൊണ്ടും ബന്ധിച്ചവയാണ്.

3. വ്യാപ്തിപരം

സ്വിസ് തത്വശാസ്ത്രജ്ഞനായ യൂളർ തർക്കവാക്യങ്ങളുടെ ഘടനയും, ആംഗ്ലേയ തർക്കശാസ്ത്രജ്ഞനായ ജോൺവെൻ 'ഗണ' (സെറ്റ്)ങ്ങളുടെയും സവിശേഷതകളും വ്യക്തമാക്കാൻ അനുവർത്തിച്ച മാർഗങ്ങൾ പഴഞ്ചൊല്ലുകളുടെ ഘടനാപഗ്രഥനത്തിന് പ്രയുക്തമാക്കുന്നത് സംഗതമായി തോന്നുന്നു. പഴഞ്ചൊല്ലുകളെ വ്യാപ്തിയുടെ സ്വഭാവമനുസരിച്ച് സർവവ്യാപിയെന്നും അംഗവ്യാപിയെന്നും തരംതിരിക്കാം. ഇവ തന്നെ വിധായക (അനുസരണ) സ്വഭാവത്തിലും, നിഷേധകസ്വഭാവത്തിലും വരാം. അങ്ങനെ നാലായി തരംതിരിയുന്നു.

(i) സർവവ്യാപി വിധായകം

രണ്ടു ഘടകങ്ങളുള്ളതിൽ ആദ്യത്തേത് രണ്ടാമത്തേതിൽ പെടുകയും അതിന്റെ ഒരു ഭാഗമായിത്തീരുകയുമാണ് ഇതിന്റെ സവിശേഷത. മറ്റൊരു പ്രകാരത്തിൽ പറഞ്ഞാൽ, ഒന്നാമത്തേത് രണ്ടാമത്തേതിന്റെ ഉപഗണമാണ്. ഒന്ന് പൂർണമായും രണ്ടിന്റെ അകത്താണ്. 'ഉപ്പുതിന്നവൻ വെള്ളംകുടിക്കും' എന്ന പഴഞ്ചൊല്ല് ഉദാഹരണമായെടുക്കാം. ഇതിൽ 'വെള്ളം കുടിക്കുക' യെന്നതിന് കൂടുതൽ വ്യാപ്തിയുണ്ട്. 'ഉപ്പുതിന്നുന്നവർ കുറവാണ്. 'ഉപ്പുതിന്നുന്നവർ' 'വെള്ളം കുടിക്കുന്നവ'രിൽ അടങ്ങുകയും ചെയ്യും. 'ധനമുള്ളവൻ ഏവനും ബന്ധു' എന്ന ചൊല്ലും ഇതുപോലെ അപഗ്രഥിക്കാവുന്നതാണ്.

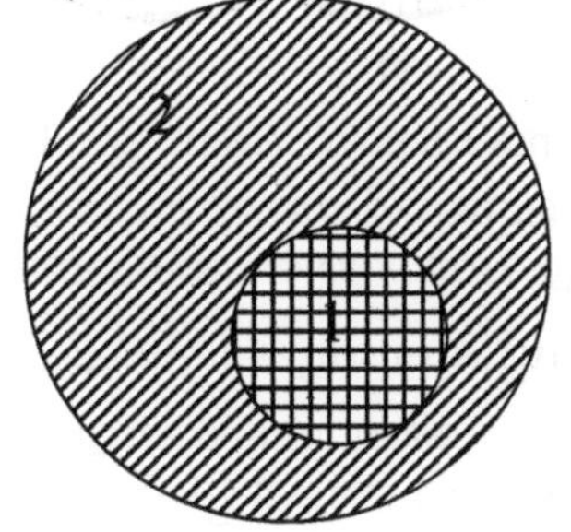

(ii) സർവവ്യാപി നിഷേധകം

രണ്ടു ഘടകങ്ങൾ തമ്മിലുള്ള ബന്ധം പരസ്പരം നിഷേധിക്കപ്പെടുന്ന തരത്തിലുള്ളതാണ് ഇവയുടെ ഘടന. പൊതുവായി അംശങ്ങൾ

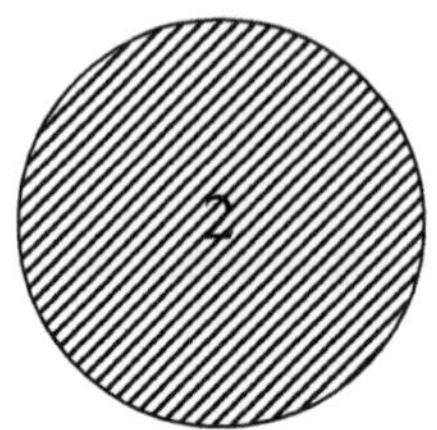

ഇല്ലാത്ത, വിയുക്തഗണമാണിതെന്ന് മറ്റൊരു തരത്തിൽ പറയാം, 'ആവശ്യക്കാരന് ഔചിത്യമില്ല', 'ഏട്ടിലെ പശു പുല്ലുതിന്നില്ല', 'കല്ലാടുംമുറ്റത്ത് നെല്ലാടില്ല', 'വാക്കെത്തിയോന്റെ വാളെത്തില്ല', 'അടച്ചവായിലീച്ച കേറില്ല' എന്നീ ചൊല്ലുകളോരോന്നും ഘടനാപരമായി നോക്കിയാൽ വിയുക്തഗണമാണ്.

(iii) അംശവ്യാപി വിധായകം

രണ്ടു ഘടകങ്ങളിൽ ചില അംശങ്ങളിൽ പൊരുത്തമുണ്ടാകുന്നതാണിത്. 'കയ്യൂക്കുള്ളവൻ കാര്യക്കാരൻ' എന്ന പഴഞ്ചൊല്ല് നോക്കുക. 'കയ്യൂക്കുള്ള'വരിൽ ഒരു ഭാഗം 'കാര്യക്കാരാ'ണ്. 'കാര്യക്കാ'രെല്ലാം കയ്യൂക്കുള്ളവരല്ല, കയ്യൂക്കുള്ളവരും കാര്യക്കാരും ഒന്നായ ഭാഗത്തെയാണ് ഇതുകൊണ്ട് ഉദ്ദേശിക്കുന്നത്. 'എ'യും 'ബി'യും രണ്ടു ഗണങ്ങൾ. അവ രണ്ടിലും പൊതുവായ അംശങ്ങൾമാത്രം ഉൾപ്പെടുന്ന 'സി' എന്നത് മൂന്നാമതൊരു 'ഗണ'മായിത്തീരുന്നു.

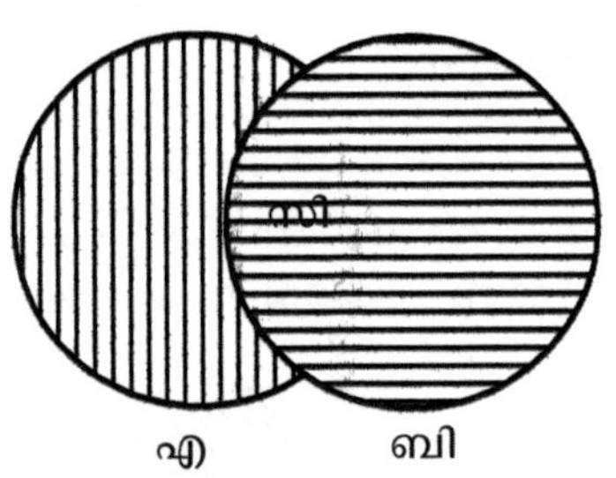

'സംഗമഗണ' മെന്ന് ഇതിനെ വിശേഷിപ്പിക്കാം. 'വാര്യന്റെ വിളക്കത്ത് എമ്പ്രാന്റെ അത്താഴം', 'ഉണ്ടോനേ ഊക്കുകാട്ടൂ' എന്നീ ചൊല്ലുകൾ ഈ വിധത്തിൽ അപഗ്രഥിക്കാവുന്നതാണ്.

(iv) അംശവ്യാപി നിഷേധകം

രണ്ടു ഘടകങ്ങളിൽ ആദ്യഘടകം സൂചിപ്പിക്കുന്ന 'ഗണ'ത്തിൽ നിന്ന് രണ്ടാമത്തേതിന്റെ അംശം ചേരാത്ത ഒന്നാമത്തേതിലെ അംശം വേർപെടുത്തുന്നതാണിത്. 'അഴകുള്ള ചക്കയിൽ ചുളയില്ല' എന്ന ചൊല്ല് നോക്കുക. 'അഴകുള്ള ചക്ക'യും

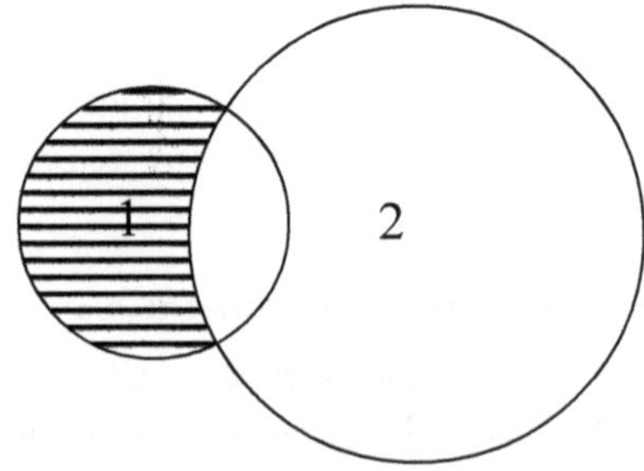

'ചുളയില്ലായ്മ'യുമാണ് ഇവിടെ പരാമർശം. 'അവിയലിൽ ചേരാത്ത കഷണമില്ല, മാപ്പിളയിൽ ചേരാത്ത ജാതിയുമില്ല', 'പേടിച്ചോന് കാട്ടിൽ സ്ഥലമില്ല' എന്നീ ചൊല്ലുകളും ഈ തത്വപ്രകാരം അപഗ്രഥിക്കാൻ കഴിയും.

4. വ്യാപ്തി-ഗുണാർഥസൂചകപരം

പഴഞ്ചൊല്ലുകളിലെ ഘടകങ്ങൾക്ക് വ്യാപ്തിയും ഗുണവും ഉള്ളതിനാൽ, അവയെ അടിസ്ഥാനമാക്കിയുള്ള വിഭജനവും യുക്തിസഹം തന്നെ.

(i) വ്യാപ്ത്യാർഥ-വ്യാപ്ത്യർഥസൂചകം

രണ്ടു ഘടകങ്ങളുടെയും വ്യാപ്തിയുടെ അടിസ്ഥാനത്തിലുള്ള വിഭജനമാണിത്. 'കൈമിടുക്കുള്ളവർ കാര്യക്കാർ' എന്ന ചൊല്ലിൽ 'കൈമിടുക്കുള്ളവർ', 'കാര്യക്കാർ', എന്നിവയുടെ വ്യാപ്തിയുടെ അടിസ്ഥാനത്തിൽ ഘടകങ്ങളെ വേർതിരിച്ചു നിറുത്താം. 'കല്ലാടും മുറ്റത്ത് നെല്ലാടില്ല' എന്നതും വ്യാപ്ത്യാർഥ സൂചകങ്ങളായ ഘടകങ്ങൾ ചേർന്നതാണ്.

(ii) വ്യാപ്ത്യർഥ -ഗുണാർഥസൂചകം

ആദ്യഘടകം വ്യാപ്തിയുടെയും രണ്ടാമത്തെ, ഘടകം ഗുണത്തിന്റെയും അടിസ്ഥാനത്തിൽ വ്യാഖ്യാനിക്കാവുന്ന ചൊല്ലുകൾ ഈ വിഭാഗത്തിൽപ്പെടുന്നു. 'പാരമ്പര്യം പാറിക്കടിക്കും' എന്ന പഴഞ്ചൊല്ല് നോക്കുക. ഇതിൽ 'പാരമ്പര്യ' മെന്നത് 'പാറിക്കടിക്കുക'യെന്ന ഗുണമുള്ളതാണെന്ന് സൂചന. 'വിദ്യയ്ക്ക് ലജ്ജയില്ല' എന്ന ചൊല്ലിൽ 'വിദ്യ'യെന്നത് 'ലജ്ജയില്ലായ്മ'യെന്ന ഗുണത്തോടുകൂടിയതാണെന്ന് സൂചിപ്പിക്കുന്നു. 'കല്പന കല്ലേ പിളർക്കും' എന്നതിൽ 'കല്പന'യ്ക്ക് 'കല്ലേ പിളർക്കുക' എന്ന ധർമമാണുള്ളത്.

(iii) ഗുണാർഥ-ഗുണാർഥസൂചകം

ഒന്നിന്റെ ഗുണം മറ്റൊരു വിഭാഗത്തിന്റെ ഗുണവുമായി യോജിക്കത്തക്കവിധമുള്ള ഘടനയുള്ള ചൊല്ലുകൾ ഇതിൽപ്പെടുന്നു. 'ഏറിപ്പോയാൽ കോരിപ്പോകും' എന്ന പഴമൊഴി, 'ഏറിപ്പോവുക', 'കോരിപ്പോവുക', എന്നീ ഗുണസൂചകപദങ്ങൾ ചേർന്നതാണ്. 'വിത്തുഗുണം പത്തുഗുണം' എന്നതിലും ഗുണാർഥസൂചകങ്ങളായ ഘടകങ്ങളാണുള്ളത്. 'ആനക്കാര്യം വരുമ്പോൾ ചേനക്കാര്യം', 'നാടോടുമ്പോൾ നടുവെ ഓടണം', 'പെണ്ണത്തം പൊന്നത്തം' എന്നിവയും ഈ വിഭാഗത്തിൽപ്പെടുന്നു.

(iv) ഗുണാർഥ-വ്യാപ്ത്യർഥസൂചകം

ആദ്യഘടകം ഗുണാർഥത്തെയും രണ്ടാമത്തെ ഘടകം വ്യാപ്ത്യർഥത്തെയും സൂചിപ്പിക്കുന്ന പഴഞ്ചൊല്ലുകൾ ഈ വിഭാഗ

ത്തിൽപ്പെടും. 'മിന്നുന്നതെല്ലാം പൊന്നല്ല' എന്ന ചൊല്ല് പരിശോധിക്കുക. 'മിന്നുക' എന്ന ഗുണാർഥസൂചകപദം എല്ലാ സന്ദർഭങ്ങളിലും 'പൊന്നി'ന്റെ വ്യാപ്തി സൂചിപ്പിക്കുന്നില്ല. പൊന്നല്ലാത്തതും മിന്നുമല്ലോ. 'ഇടിച്ചാൽ തീരാത്ത കുന്നില്ല' എന്ന ചൊല്ലിൽ, 'ഇടിച്ചാൽ തീരാത്ത' എന്ന വിശേഷണം, 'കുന്നി'ന്റെ വ്യാപ്ത്യർഥത്തെ സൂചിപ്പിക്കുന്നു.

5. പ്രകാരപരം

പഴഞ്ചൊല്ലുകളെ പ്രകാരഭേദമനുസരിച്ച് (according to modality) താഴെപറയും വിധം തരംതിരിക്കാം.

(i) പ്രസ്താവനാമൊഴികൾ

ഒരവസ്ഥയെയോ വസ്തുതയെയോ ലളിതമായി ആവിഷ്കരിക്കുന്ന പഴഞ്ചൊല്ലുകളെ ഈ വിഭാഗത്തിൽപ്പെടുത്താം. 'കൈയാടിയാലേ വായയാടൂ' എന്ന ചൊല്ല് ഒരു വസ്തുതയെ യാതൊരു വിശേഷണങ്ങളും കൂടാതെ വ്യക്തമാക്കുന്നതാണ്. 'പനിക്കു പട്ടിണി' എന്നതും വസ്തുതാകഥനമാണല്ലോ. 'ഈരെടുത്താൽ പേൻകൂലി' എന്ന ചൊല്ല് ചെറിയ പണിക്ക് വലിയ കൂലി കൊടുക്കേണ്ടി വരുന്ന അവസ്ഥയെ സൂചിപ്പിക്കുന്നു. 'കൂവത്തേക്കാൾ കുത്ത് കൂലി' എന്നതും അപ്രകാരമുള്ളതാണ്. ഇവ കേവലം വസ്തുസ്ഥിതിപരമായ പഴഞ്ചൊല്ലുകളല്ല. മറ്റ് ആശയങ്ങളിലേക്കുകൂടി അവ നയിക്കുന്നുണ്ട്. 'മരത്തിന് കായ കനമല്ല', 'മാങ്ങയുള്ള മാവിനേ കല്ലേറിയൂ', 'അമ്മിക്കുട്ടി കിണറ്റിലിട്ടാൽ മങ്ങലം മുടങ്ങില്ല', 'ഇന്നലെ പെയ്ത മഴക്ക് ഇന്ന് കുരുത്ത തവര',* ഈച്ചപോയാലാശ്വാസം' എന്നിവയും വ്യംഗ്യാർഥചമൽക്കാരം ഉൾക്കൊള്ളുന്നവയാണ്. അതിനാൽ, പ്രസ്താവനാമൊഴികൾ വസ്തുസ്ഥിതിപരമോ അന്യാർഥസൂചകമോ ആയി വരാമെന്ന് വ്യക്തമാകുന്നു.

(ii) സന്ദിഗ്ധമൊഴികൾ

ഘടകങ്ങൾ തമ്മിലുള്ള ബന്ധം സംശയസ്പർശിയോ, വിവാദപരമോ ആയി വരുന്ന ചൊല്ലുകളെ സന്ദിഗ്ധചൊല്ലുകൾ എന്നുപറയാം. 'കന്നിവെയിൽ പാറ പൊളിക്കും' എന്ന ചൊല്ല് നോക്കുക, ഇതിൽ ഘടകങ്ങൾ തമ്മിലുള്ള ബന്ധം അസന്ദിഗ്ധമോ, നിർബന്ധിതമോ അല്ല. കന്നിവെയിൽ പാറപൊളിക്കുകയോ പൊളിക്കാതിരിക്കുകയോ ചെയ്യാം. 'കന്നിവെയിൽ പാറ പൊളിക്കാം'. എന്നേ ആ ചൊല്ലുകൊണ്ട് വിവക്ഷിക്കുന്നുള്ളൂ. 'അര വൈദ്യൻ ആളെ കൊല്ലും', 'ഗതികെട്ടാൽ പുലി പുല്ലും തിന്നും', 'മിണ്ടാപൂച്ച കലമുടയ്ക്കും', 'അമ്മ തോടുചാടിയാൽ മകൾ ആറുചാടും', 'അത്തം കറുത്താൽ ഓണം വെളുക്കും', 'കള്ളനെ വിരട്ടാൻ പിള്ള മതി' എന്നിവ യഥാക്രമം ആളെക്കൊല്ലാം, പുല്ലുതിന്നാം, കലമുടയ്ക്കാം, ആറു ചാടാം, പിള്ള മതിയാകാം എന്നിങ്ങനെ സന്ദി

* 'ഇന്നലത്തെ മഴയ്ക്ക് പൊടിച്ച തമര' (വ. പ്ര.)

ഗ്ദ്ധമായിട്ടാണ് വസ്തുതകൾ ആവിഷ്കരിച്ചിട്ടുള്ളത്. 'മെല്ലെ തിന്നാൽ മുള്ളും തിന്നാം' എന്നതും അസന്ദിഗ്ധ പ്രസ്താവനയല്ല. സന്ദിഗ്ധമൊഴികളിലും അന്യാശയത്തിലേയ്ക്ക് നയിക്കുന്ന ചൊല്ലുകളുണ്ട്.

(iii) അവിതർക്കിത മൊഴികൾ

ഇതിൽ ഘടകങ്ങൾ തമ്മിലുള്ള ബന്ധം സംശയാസ്പദമോ, വിവാദപരമോ. അനിശ്ചിതമോ അല്ലാ അനിവാര്യമാണ്. 'ഒരേറ്റത്തിന് ഒരിറക്കം' എന്ന ചൊല്ല് നോക്കുക. ഇതിലെ രണ്ടു ഘടകങ്ങളും തമ്മിലുള്ള ബന്ധം അവിതർക്കിതവും അനിവാര്യവുമാണല്ലോ. 'ഒരു വേനലിന് ഒരു മഴ', 'ഒരു രാവിന് ഒരു പകല്', 'നാഴിയിൽ നാനാഴി കൊള്ളില്ല', 'അടക്കയാകുമ്പോൾ മടിയിൽവെക്കാം കവുങ്ങാകുമ്പോളാവില്ല' എന്നിവയും അവിതർക്കിത മൊഴികളാകുന്നു.

(iv) പ്രബോധന മൊഴികൾ

പ്രബോധനപരമായ ആശയങ്ങൾ ഉൾക്കൊള്ളുന്ന വാക്യങ്ങൾ പഴഞ്ചൊല്ലുകളിൽ കാണാൻ കഴിയും. ഉപദേശമോ, അനുശാസനമോ, തത്വനിർവചനങ്ങളോ അടങ്ങുന്ന ലഘുവാക്യങ്ങളെ പഴമൊഴികളായി പരിഗണിക്കാറുണ്ട്. നീതിവാക്യങ്ങളും, ബൈബിളിലെ പഴയ നിയമത്തിലെ മഹദ്വചനസമ്പുടവും ഇവിടെ സ്മർത്തവ്യമാണ്.

'ഇരുവഴി കണ്ടാൽ പെരുവഴി പോകണം',
'സൂക്ഷിച്ചാൽ ദു:ഖിക്കേണ്ട',
'ഇരുമ്പും തൊഴിലും ഇരിക്കക്കെടും',
'ഇച്ചെവിയോണ്ട് കേട്ടത്
അച്ചെവിയോണ്ട് കളയണം',
'ആളിൽ കുറിയവനെ വിശ്വസിച്ചുകൂടാ',
'തന്നത്താനറിഞ്ഞില്ലെങ്കിൽ പിന്നെത്താനറിയും',
'തലയിലെഴുത്ത് മായിച്ചാ മായില്ല',
'ഏറെ വെളുത്താ പ്രാന്ത്,
ഏറെപ്പറഞ്ഞാ പ്രാന്ത്',
'കണ്ടു നിറഞ്ഞവനോട്,
കടം കൊള്ളണം',
'ഉണ്ടു മുഷിഞ്ഞവനോട്
ഉരുള വാങ്ങണം',
'മാമ്പൂകണ്ടും മക്കളെക്കണ്ടും കൊതിക്കരുത്',
'ആരാനും ഉണ്ടെങ്കിലേ ഏതാനും ഉണ്ടാവൂ',
'കണ്ടാൽ നല്ലത് തിന്നാനാകാ'

തുടങ്ങിയവ പ്രബോധനപരമായ പഴമൊഴികളാണ്. വ്യംഗ്യാർഥങ്ങളോ നിഗീർണാശയങ്ങളോ ഇവയിലില്ല. എന്നാൽ നീതിവാക്യച്ചൊല്ലുകളെല്ലാം ഇപ്രകാരമുള്ളവയാണെന്ന് ധരിക്കരുത്. വ്യംഗ്യാർഥങ്ങളിലേക്ക്

നയിക്കുന്ന പഴമൊഴികളും ഈ വിഭാഗത്തിൽ കാണാം.

'ഉന്തിക്കയറ്റിയാൽ ഊരിവീഴും',
'കണ്ണുപോയാലേ കണ്ണിന്റെ വിലയറിയൂ',
'കണ്ടാലറിയാത്തവൻ കൊണ്ടാലറിയും',

എന്നീ ചൊല്ലുകൾ പ്രായോഗിക സന്ദർഭങ്ങൾക്കനുഗുണമായി വ്യംഗ്യാർഥങ്ങൾ സൂചിപ്പിക്കുന്നവയാണ്.

സമൂഹികജീവിതവുമായി ബന്ധപ്പെട്ടവയാണ് പഴഞ്ചൊല്ലുകളെങ്കിലും, ദുർലഭം ചൊല്ലുകൾ ദാർശനികമൂല്യം ഉൾക്കൊള്ളുന്നുണ്ട്.

'പഴുത്ത പ്ലാവില വീഴുമ്പോൾ
പച്ചപ്ലാവില ചിരിക്കേണ്ട'

എന്നതിലടിങ്ങിയ ആശയപുഷ്ടി ചിന്തനീയമാണ്. ജീവിതത്തിന്റെ അസ്ഥിരതയെയും നൈമിഷികതയെയും കുറിച്ചുള്ള ചിന്തയാണ് അതിലുള്ളത്. 'ഇന്നു ഞാൻ നാളെ നീ' എന്നാണ് ആ ചൊല്ല് നൽകുന്ന ഉദ്ബോധനം.

'കൊമ്പൻ പോയതുതന്നെ മൂടക്കുംവഴി'

എന്ന് ഗ്രാമീണർ പറയാറുണ്ട്. ഒരാൾ പോയ വഴിക്കുതന്നെയാണ് മറ്റാളുകളും പോകുന്നതെന്ന ജീവിതതത്വം ഇതിൽ ആവിഷ്കൃതമായിരിക്കുന്നു.

'ആണില്ലാത്തിടത്ത് തൂണെങ്കിലും വേണം'
'കുലം വിട്ടാൽ സുഖം വേണം',
'കൊതിച്ചു കാണണം
വിശന്നുണ്ണണം'
'മരം നോക്കി കൊടിവെക്കണം',
'നാലാൾ പറഞ്ഞാൽ നാടും വഴങ്ങണം',
'അണ്ണാറക്കണ്ണനും തന്നാലായത്'

എന്നിങ്ങനെ, വിധായകരൂപത്തിലുള്ള ചൊല്ലുകൾ പ്രബോധന മൊഴികളിൽ കാണാവുന്നതാണ്.

'നാടു മറന്നാലും മൂട് മറക്കുരുത്',
'അടുത്തവരെ കെടുത്തരുത്',
'ഇരുതോണിയിൽ കാലിടരുത്',
'കത്തുന്ന തീയിൽ എണ്ണയൊഴിക്കരുത്',
'അടിമാച്ചി തലയ്ക്കു വെക്കരുത്',
'കാഞ്ഞോട്ടിൽ വെള്ളൊഴിക്കരുത്',
'മുഖത്തടിച്ചാലും വയറ്റിനടിക്കരുത്',
'വടികൊടുത്ത് അടി വാങ്ങരുത്',

എന്നിങ്ങനെ 'അരുതായ്മ'കളെ സൂചിപ്പിക്കുന്ന നിഷേധവാക്യങ്ങളും കുറവല്ല. നിഷിദ്ധ (നിരോധ) സൂചകങ്ങളായ 'വിലക്കു'കൾ ചിലപ്പോൾ പഴഞ്ചൊല്ലുകളായി പരിഗണിക്കപ്പെടാറുണ്ടെന്ന് അന്യത്ര സൂചിപ്പിച്ചുവല്ലൊ.

പ്രബോധനമൊഴികളിൽ ജനങ്ങളുടെ വിശ്വാസാദികൾ പ്രതിഫലിച്ചുകാണാം. ഉപദേശമുൾക്കൊള്ളുന്നത് ഇത്തരം പ്രബോധന ചൊല്ലുകൾ മാത്രമല്ല. ഏതു രൂപത്തിലുള്ള പഴഞ്ചൊല്ലുകളും ഉപദേശത്തിന്റെ സ്പർശം ഉണ്ടെന്നതാണ് വാസ്തവം.

(v) ചോദ്യരൂപമൊഴികൾ

ചോദ്യവാചിയായ ചൊല്ലുകളാണ് മറ്റൊരിനം. ഈ വിഭാഗത്തിൽപ്പെട്ട പഴമൊഴികൾ വാസ്തവപ്രസ്താവങ്ങളോ, പ്രബോധനങ്ങളോ, തത്വനിർവചനങ്ങളോ, അവിതർക്കിത പ്രസ്താവനകളോ, വ്യംഗ്യാർത്ഥസൂചകങ്ങളോ ആകാം. പക്ഷേ, രൂപപരമായി ചോദ്യത്തിന്റെ സ്വഭാവത്തിലായിരിക്കും.

'വെള്ളത്തിൽ പൂട്ടാനും കൂട്ടത്തിൽ പാടാനും
ആർക്കാണ് കഴിയാത്തത്?'
'അമ്മിക്കുട്ടി കിണറ്റിലിട്ടാൽ മങ്ങലം മുടങ്ങുമോ?',
'കൈമ്മന്ന് വീണാൽ എടുക്കാം,
വായീന്ന് വീണാലോ?'
'കുളിച്ചാൽ പോകുമോ കോങ്കണ്ണ്?'
'നായ്ക്കോലം കെട്ട്യാപ്പിന്നെ
കുരയ്ക്കാനെന്തിനാ മടിക്കുന്നത്?'
'അടി കഴിഞ്ഞിട്ടോ വടി പൊട്ടിക്കാൻ പോന്ന്?'
'അട്ടയെപ്പിടിച്ച് ആരെങ്കിലും മെത്തേല് കിടത്താറുണ്ടോ?'
'അണ്ണാൻകുഞ്ഞിനെ മരംകേറ്റം പഠിപ്പിക്കണോ?',
'അടുക്കളത്തൂണിന് അഴകെന്തിനാ?',
'അച്ഛൻ ആന കേറിയാ മോന്റെ കുണ്ടിക്ക് തഴമ്പ് കാണ്വോ?'
'ആനേന വെക്കേണ്ട ദിക്കിൽ പൂവെങ്കിലും വെക്കേണ്ടേ?',
'ആമാടക്ക് ആരെങ്കിലും പുഴുത്തുള നോക്കാറുണ്ടോ?',
'ആരിയൻ വിതച്ചാൽ നവര വിളയുമോ?'
'ഉപ്പോളം വരുമോ ഉപ്പിലിട്ടത്?'
'ഉഴുതുന്ന മാടറിയുമോ വിതയ്ക്കുന്ന വിത്ത്?'
'എരുമക്കിടാവിനെ നീന്താൻ പഠിപ്പിക്കണോ',
'എലിയെ പേടിച്ച് ഇല്ലം ചുടാറുണ്ടോ?',
'എല്ലാരും പല്ലക്കേറിയാൽ ചുമക്കാനാളുവേണ്ടേ?',
'ഏറുന്ന കുരങ്ങിനി ഏണിചാരണോ?',
'കുടം കമിഴ്ത്തി വെള്ളമൊഴിച്ചിട്ടെന്താ കാര്യം?',
'കുത്താൻ വരുന്ന പോത്തിനോട് ആരെങ്കിലും
വേദമോതാറുണ്ടോ?',
'കുപ്പകിളച്ചിട്ടെന്താ ഓട് കാണിക്ക്ന്ന്?',
'കൈനനയാതെ മീൻ പിടിക്കാനാവോ?',
'ചാത്തം കഴിഞ്ഞിട്ടോ പഞ്ചാര വിളമ്പേണ്ട്?',

'തവരനട്ടാൽ തുവരയുണ്ടാകുമോ?',
'താനുണ്ണാത്ത ദൈവം വരം കൊടുക്കുമോ?',
'തോക്കിനുള്ളിൽക്കേറി വെടിവെക്കാറുണ്ടോ?',
'ദാനം കിട്ടിയ പശുവിന്റെ പല്ലു പിടിച്ചു നോക്കണോ?',
'നഞ്ചെന്തിനു നാനാഴി?',
'വലിയവെള്ളം വരുന്നെന്ന് കരുതി വാതിക്കാ തൂറാറുണ്ടോ?',
'വിയർപ്പു കുടിച്ചാ ദാഹം തീരുേ?',
'മരത്തിന് കായകനാണോ?',
'ചക്കരക്കുടത്തിൽ കൈയിട്ടാൽ നക്കാത്തവരുണ്ടോ?',
'അങ്ങാടി തോൽവി അമ്മയോടോ?',
'വേലി തന്നെ വിളതിന്നാൻ തുടങ്ങിയാലോ',
'അമ്പലത്തിലെ പൂച്ച തേവരെ പേടിക്കുമോ',
'ആനയോളം വാപൊളിക്കാൻ,
അണ്ണാന് കഴിയുമോ?'
'മച്ചിക്കറിയുമോ ഈറ്റ് നോവ്?'
'തുപ്പലിറക്കിയാൽ ദാഹം തീരുവോ?',
'ആടറിയുമോ അങ്ങാടി വാണിഭം?',
'അപ്പം തിന്നാൽപ്പോരേ, കുഴിയെണ്ണണോ?',
'തിര നിന്നിട്ട് കടല് കുളിക്കാമോ?',
'എള്ളുണങ്ങുന്നത് പിണ്ണാക്കിന്
പിണ്ണാക്കുണങ്ങുന്നതോ?'

എന്നിങ്ങനെ ഒട്ടനേകം ചൊല്ലുകൾ ഈ വിഭാഗത്തിൽ എടുത്തു പറയുവാനുണ്ട്.

6. സമീകരണപരം

പഴഞ്ചൊല്ലുകളിലെ 'പദ'വും 'ധർമ'വും തമ്മിലുള്ള സരളമായ ദ്വന്ദ്വബന്ധഘടനയെ ചിത്രീകരിച്ചുകാണിപ്പാൻ ശ്രമിച്ച പണ്ഡിതന്മാരിൽ പ്രഥമഗണനീയനാണ് അലൻഡുൻഡിസ്. 'സമീകരണപരമായ പഴഞ്ചൊല്ലുകൾ' എന്ന സാങ്കേതിക സംജ്ഞ ആദ്യമായി പ്രയോഗിച്ചത് അദ്ദേഹമത്രെ. സമീകരണത്തിന്റെ ഏഴുമാതൃകകൾ അദ്ദേഹം വ്യക്തമാക്കിയിട്ടുണ്ട് (29:80). ഏതാനും പഴഞ്ചൊല്ലുകളെ ഏഴിനമായി വകതിരിച്ചതല്ലാതെ, അവയ്ക്കോരോന്നിനും പ്രത്യേകം പേരൊന്നും അദ്ദേഹം നൽകിയിട്ടില്ല. മലയാളത്തിലെ പഴഞ്ചൊല്ലുകൾ പരിശോധിച്ചാൽ, ഇതിൽകൂടുതൽ മാതൃകകൾ കണ്ടെത്തുവാൻ കഴിയും. അതിനാൽ ഓരോന്നിനും പ്രത്യേകം നാമകല്പന ചെയ്തുകൊണ്ട് അവയുടെ സ്ഥിതി വ്യക്തമാക്കാൻ ശ്രമിക്കാം.

(i) അനന്വയധർമം

'കച്ചവടം കച്ചവടമാണ്' എന്ന ചൊല്ല് നോക്കുക. കച്ചവടത്തിനു സമമായി കച്ചവടം മാത്രമേയുള്ളുവെന്ന അനന്വയാർഥത്തിലാണ് ഇതിലെ ഘടകങ്ങൾ ചേർന്നിരിക്കുന്നത്.

(ii) നിദർശനാധർമം

ധർമവിശിഷ്ടവസ്തുക്കളുടെ ഐക്യാരോപമുള്ള ഘടകങ്ങളാണ് ഇതിലുള്ളത്. 'ആപത്തിൽ സഹായിക്കുന്നവൻ യഥാർഥ സ്നേഹിതനാണ്' എന്ന ചൊല്ല് അതിന് ദൃഷ്ടാന്തമാണ്. 'ചീഞ്ഞ ചോറിന് ഒടിഞ്ഞ ചട്ടുകം', 'കണ്ടൻ തടിക്ക് മുണ്ടൻ വടി', 'ഉരത്തപാമ്പിനി പെരുത്ത വടി', 'നായിപ്പുണ്ണിന് വെണ്ണീര്' എന്നീ പഴമൊഴികളും എടുത്തു പറയാം.

(iii) രൂപകധർമം

ഘടകങ്ങൾ അഭേദാർഥത്തിൽ ചേർന്നുവരുന്ന ചൊല്ലുകളാണ് ഇവ. 'സമയം ധനമാണ്', 'കാഴ്ചയാണ് വിശ്വാസം' (കണ്ടതേ വിശ്വസിക്കൂ). 'ആരോഗ്യം ധനമാണ്', 'മൗനം ഭൂഷണമാണ്', 'വാശി നാശമാണ്', 'വിദ്യ ധനമാണ്' തുടങ്ങിയവ ഈ വിഭാഗത്തിൽപ്പെടുന്നു.

(iv) സമാനധർമയോഗം

അന്വിത (അനുഗുണ) ധർമ്മങ്ങളുടെ ചേർച്ചയാണ് ഇതിൽ കാണുന്നത്. 'മുമ്പിൽ വന്നാൽ മുമ്പിൽ തിന്നാം', 'ആഴമുള്ള കുഴിക്ക് നീളമുള്ള തടി', 'ശുഭസ്യശീഘ്രം' എന്നിവയിൽ കാര്യകാരണങ്ങൾക്കു തമ്മിലുള്ള ആനുഗുണ്യം വ്യക്തമാണല്ലോ.

(v) അനന്വിതധർമം

സമാനധർമയോഗത്തിന് വിരുദ്ധമാണിത്. വിരുദ്ധധർമങ്ങളുടെ യോഗമാണ് ഇതിൽ കാണുന്നത്.

'കണ്ടെത്തുന്നവർ സൂക്ഷിക്കും',
'കളയുന്നവർ കരയും',
'മുണ്ടകൻ നട്ടു മുങ്ങണം
വിരിപ്പ് നട്ടുണങ്ങണം',
'ഉണ്ടവന് ഇട കിട്ടാഞ്ഞിട്ട്'
ഉണ്ണാത്തവന് ഇല കിട്ടാഞ്ഞിട്ട്',
'എലിക്ക് പ്രാണവേദന
പൂച്ചയ്ക്ക് വിളയാട്ടം',
'എരുമക്ക് പ്രസവവേദന
പോത്തിനി പൊൽപ്പിടി',
'അമ്മയ്ക്ക് പ്രാണവേദന
'മകൾക്ക് വീണവായന',
'അച്ചിക്ക് കൊഞ്ചിഷ്ടം

'നായർക്ക് ഇഞ്ചിയിഷ്ടം',

എന്നിവ അതിന് ഉദാഹരണങ്ങളാണ്. വിഷമധർമം മറ്റുപ്രകാരത്തിലും ചില ചൊല്ലുകളിൽ വരും. 'വെളുക്കാൻ തേച്ചത് പാണ്ടായി' എന്ന പഴമൊഴിയിൽ ഇഷ്ടകാര്യത്തിന് യത്നിച്ച് അനിഷ്ടപ്രാപ്തി ഉണ്ടായതായി പ്രസ്താവിക്കുന്നു. 'ഉരിനെല്ലൂരാൻ പോയിട്ട് പത്തുപറ നെല്ല് പന്നി തിന്നു', 'ഈറ്റു നോക്കാൻ പോയിറ്റ് ഇരട്ട പെറ്റു' എന്നീ ചൊല്ലുകൾ അതിന് ദൃഷ്ടാന്തങ്ങളാണ്.

(vi) നിഷേധകധർമം

രണ്ടു ഘടകങ്ങളിൽ ഉത്തരഘടകം നിഷേധാർഥത്തിൽ വരുന്നതാണിത്. 'സേവനം പൈതൃകമല്ല', 'വെല്ലത്തിന് അകവും പുറവും ഇല്ല'*, 'കാമത്തിന് കണ്ണില്ല', 'ഏട്ടിലെപ്പശു പുല്ല് തിന്നില്ല', 'ഒരുറക്കം കൊണ്ട് നേരം വെളുക്കില്ല', 'കണ്ണെത്തുന്നിടത്ത് കൈയെത്തുകയില്ല', 'വെള്ളത്തിലെ തവള വെള്ളം കുടിക്കുന്നതറിയില്ല', 'വില്ലൂന്നി കടിച്ചാൽ വില്ലു വളയ്ക്കാൻ സമയമില്ല', 'യമനറിയാതെ മരണമില്ല', 'മഠത്തിലു ണ്ണുന്നവൻ അരിവിലയറിയില്ല', 'ബലിക്കരിയുണ്ടെങ്കിൽ അമ്മ ചാവില്ല' എന്നിവ അതിന് ദൃഷ്ടാന്തങ്ങളാണ്.

(vii) താരതമ്യ ധർമം

ഘടകങ്ങൾ താരതമ്യാർഥത്തിൽ വരുന്ന പഴഞ്ചൊല്ലുകൾ അപൂർവ മായെങ്കിലും കാണാൻ കഴിയും. 'ഒറ്റത്തലയേക്കാൾ രണ്ടു തലയാണ് നല്ലത്', 'ആളേറെ പോകുന്നതിനേക്കാൾ താനേറെ പോകുന്നതാണ് നല്ലത്', 'അകലത്തുള്ള ബന്ധുവിനേക്കാൾ അടുത്തുള്ള ശത്രുവാണ് നല്ലത്', 'വല്ലാത്ത മക്കളെക്കാൾ ഇല്ലാത്ത മക്കളാണ് നല്ലത്', 'ഞെളിഞ്ഞ വഴക്കിനേക്കാൾ കിഴിഞ്ഞ സന്ധി നല്ലത്', 'ചത്ത നരിയേക്കാൾ ജീവി ക്കുന്ന കുതിരയാ നല്ലത്' എന്നിവ ഈ സ്വഭാവമുള്ളവയാണ്.

(viii) വികല്പിത ധർമം

തുല്യബലമുള്ളതും ഒന്നിച്ചു സംഭവിക്കാൻ പാടില്ലാത്തവയുമായ രണ്ടു ഘടകങ്ങൾ തമ്മിൽ വികല്പിതാർഥത്തിൽ ചേർത്തിട്ടുള്ളതാണി ത്. 'ഒന്നുകിൽ പത്തു പണം അല്ലെങ്കിൽ പത്തു ചൊറി' ഒന്നുകിൽ ആശാന്റെ മാറത്ത്, അല്ലെങ്കിൽ കളരിക്ക് പുറത്ത്', 'ഒന്നുകിൽ ആന പെടും അല്ലെങ്കിൽ അരചൻ പെടും' എന്നീ പഴഞ്ചൊല്ലുകൾ അതിന് തെളിവത്രെ.

(ix) പരിവൃത്തി ധർമം

സമത്തെ കൊടുത്ത് സമത്തെയോ, ന്യൂനത്തെ കൊടുത്ത് അധി കത്തെയോ, അധികത്തെക്കൊടുത്ത് ന്യൂനത്തെയോ കൈമാറ്റം ചെയ്യു കയാണ് പരിവൃത്തിയുടെ ധർമം.

* വെല്ലത്തുനുണ്ടോ അകവും പുറവും

'ചുണ്ടങ്ങ കൊടുത്തിറ്റ്
വഴുതനങ്ങ വാങ്ങണ്ട',
'ആഴക്കു കൊടുത്ത് മൂഴക്കു വാങ്ങുക',
'ഉഴക്കു കൊടുത്ത് ഉരി വാങ്ങുക',
'ഉഴക്കു കൊടുത്ത് ആഴക്കു വാങ്ങുക',
'അരപ്പണത്തിന്റെ പൂച്ച
മുക്കാപ്പണത്തിന്റെ നെയ്യ് കുടിച്ചു',
'ഒരു വാതിലടയ്ക്കുമ്പോൾ
ഒമ്പതുവാതിൽ തുറക്കും',
'ഏക്കം കൊടുത്തിട്ട് ഉമ്മട്ടം വാങ്ങുക',
'കടുകു പോന്നേടം അടച്ച്',
ആനപോന്നേടം തുറക്കുക',
'നെയ്യ് വിറ്റ് കള്ളുകുടിക്കുക',
'ചക്ക്യോളം ചോദിച്ചാ
ചുക്കോളം കിട്ടും',
'നെല്ലരി കൊടുത്തിട്ട്
പുല്ലരി കിട്ടി'

എന്നീ ചൊല്ലുകൾ ഈ ധർമം ഉൾക്കൊള്ളുന്നവയാണ്.

(x) സംഭാവനാ ധർമം

ഒരു കാര്യം സിദ്ധിച്ചാൽ മറ്റൊരു കാര്യം സാധിക്കുമെന്ന കല്പനയിൽ ഘടകങ്ങളുടെ സമീകരണം കാണുന്ന ചൊല്ലുകൾ ഈ വിഭാഗത്തിൽപ്പെടുന്നു. 'അരച്ചതുതന്നെ അരച്ചാൽ മുഖത്തു തെറിക്കും', 'ചത്തു കിടക്കിലും ഒത്തുകിടക്കണം', 'അടിതെറ്റിയാൽ ആനയും വീഴും', 'അഹങ്കരിച്ചാൽ മുഖം കറുക്കും', 'കടമൊഴിഞ്ഞാൽ ഭയമൊഴിയും', 'കൈയാടിയാലേ വായാടൂ', 'കണ്ടം കൊണ്ടവനേ പിണ്ഡം വെക്കൂ', 'നാണം കെട്ടവനേ കോലം കെട്ടൂ', 'അടിമേലടിച്ചാൽ അമ്മിയും പൊട്ടും', 'ഉത്തരം മുട്ട്യാ കൊഞ്ഞനംകാട്ടും', 'ഉള്ളതുപറഞ്ഞാ ഉറിയും ചിരിക്കും', 'നത്തു കരഞ്ഞാ ഒത്തുകരയും' എന്നിവ അതിനു ദൃഷ്ടാന്തങ്ങളാണ്.

(xi) സംഭാവനാ നിഷേധ ധർമം

സംഭാവനാ ധർമമുള്ള ചൊല്ലുകളിൽത്തന്നെ ഉത്തരഘടകം നിഷേധരൂപത്തിൽ വരുമെന്ന കല്പനയാണ് ഇതിൽ അടങ്ങിയിട്ടുള്ളത്. 'മീനത്തിൽ മഴപെയ്താൽ മീനുംകൂടി ഇരയില്ല', 'ഉടയോനുടച്ചാൽ ഓട്ടിനും കൊള്ളാ', 'കുലയറ്റാൽ മടലിൽ തങ്ങ', 'പെറ്റതെല്ലാം മക്കളല്ല', 'ഇരുന്നുണ്ടാൽ രുചി അറിയാ', 'ആഴം മൂങ്ങ്യാ ശീതില്ല', 'തള്ള ചവിട്ടിയാൽ പിള്ളക്ക് നോവില്ല', 'പേടിച്ചോന് കാട്ടിൽ സ്ഥലമില്ല', 'ശാസ്ത്രം നോക്കിയാൽ മൂത്രമൊഴിക്കാനാവില്ല', 'തലയോടുള്ളെന്നും ജലദോഷം മാറില്ല' തുടങ്ങിയവ അത്തരത്തിലുള്ള ചൊല്ലുകളാണ്.

(xii) വിരോധധർമം

പ്രഥമ ശ്രവണത്തിൽ വിരോധം തോന്നിക്കുന്ന ഘടകവിശേഷങ്ങൾ ചേർന്നുവരുന്നതാണിത്. വിവക്ഷിതാർഥം മനസിലാക്കുമ്പോഴേ വിരോധ പരിഹാരമുണ്ടാകയുള്ളൂ. 'അത്തം കറുത്താൽ ഓണം വെളുക്കും', 'കൊടുത്താൽ കൊല്ലത്തെങ്കിലും കിട്ടും', 'അന്നം മുട്ടിയാൽ എല്ലാം മുട്ടും', 'ഞാൻ പിടിച്ച മുയലിന് കൊമ്പ് രണ്ട്', 'ശുദ്ധൻ ദുഷ്ടന്റെ ഫലം ചെയ്യും', 'മിണ്ടാപ്പൂച്ച കലമുടയ്ക്കും' എന്നീ ചൊല്ലുകൾ ഈ വിഭാഗ ത്തിൽപ്പെടുന്നു.

10

ഭാഷാഭേദം പഴഞ്ചൊല്ലുകളിൽ

പഴഞ്ചൊല്ലുകൾ എഴുതപ്പെടാതെ പ്രചരിച്ചുപോരുന്നവയാകയാൽ സംഭാഷണഭാഷയുടെ സ്വാധീനം അവയിൽ കലർന്നിരിക്കും. പ്രാദേശികഭേദവും സമുദായഭേദവുംകൊണ്ട് ഭാഷയ്ക്ക് ഉണ്ടാകാവുന്ന മാറ്റങ്ങൾ അവയിൽ പ്രതിഫലിക്കാതിരിക്കയില്ല. ' തോട്ടംതോറും വാഴ, ദേശം തോറും ഭാഷ' എന്നാണല്ലൊ പഴമൊഴി. ആ നിലയിൽ ഭാഷാഭേദപഠനത്തിനുകൂടി പഴഞ്ചൊല്ലുകൾ സഹായകമാണ്.

'ഒരൂരിലെ ഭാഷ, ഒരൂരിലെ തെറി' എന്ന ചൊല്ല് അർഥവത്താണ്. ദേശഭേദമനുസരിച്ച് പദവിഷയകമായി പലവ്യത്യാസങ്ങളും പഴഞ്ചൊല്ലുകളിൽ കാണാം. 'തൊണ്ടി പാഞ്ഞാലും പാഞ്ഞാലും കടേക്കാലോളം' എന്ന ചൊല്ല് അത്യുത്തരകേരളത്തിൽ പ്രാചുര്യത്തിലുള്ളതാണ്. 'തൊണ്ടി' എന്നതിന് 'വൃദ്ധ' എന്നും 'കടേക്കാല്' എന്നതിന് 'പ്രവേശന കവാടത്തിൽ' എന്നുമാണ് അർഥം. 'കടക്കുക' എന്ന ക്രിയയിൽ നിന്നുണ്ടായ നാമരൂപമാണ് 'കട' എന്ന പദം. ഈ പഴഞ്ചൊല്ലിനു സമാനമായി 'കെളവിപോയാൽ പടിവരെ' എന്നൊരു ചൊല്ല് ദക്ഷിണകേരളത്തിൽ നിലവിലുണ്ട്.

'വെറിമൂത്താൽ തെറികാട്ടും' എന്ന ചൊല്ല് വടക്കൻകേരളത്തിൽ നിലവിലുള്ളതാണ്. 'വെറി' എന്നതിന് ദുരാഗ്രഹം എന്നാണ് പ്രാദേശികാർഥം. ഈ ചൊല്ലിനു സമാനമായി മറ്റുള്ളിടങ്ങളിൽ 'കൊതിമൂത്താൽ തെറികാട്ടും' എന്നാണ് പറയുക. 'ധർമം കൊടുത്തീല്ലേലും പട്ടിയെ വിട്ടു കടിപ്പിക്കാതിരുന്നാ മതി' എന്ന തെക്കൻചൊല്ലിനു സമാനമായി, 'ധർമം കിട്ടീലെങ്കിലും നായ് കടിക്കാതിരുന്നാ മതി' എന്നാണ് വടക്കൻ ചൊല്ല്. പട്ടിക്ക് അത്യുത്തരകേരളത്തിൽ 'നായി' എന്ന് പ്രാദേശികമായി പറയും.

'ആരാന്റമ്മയ്ക്ക് ഭ്രാന്തുവന്നാൽ
കാണാൻ നല്ല ശേല്'

എന്ന് തെക്കർ പറയുമ്പോൾ,

'ആരാന്റമ്മയ്ക്ക് പ്രാന്ത്കെട്ട്യാ
കാണുന്നോർക്കാരമ്പം'

എന്നാണ് വടക്കർ പറയുന്നത്. 'ആരമ്പം' എന്ന പ്രാദേശിക പദത്തിന് 'ഉത്സാഹത്തിമർപ്പ്' എന്നാണ് അർഥം കല്പിക്കുന്നത്. 'നടുവിങ്കേൽ ഇരുന്നവൾ ഇരട്ടപെറ്റു' എന്ന ചൊല്ല് 'ഊറ്റുനോക്കാൻ പോയിറ്റ് ഇരട്ടപെറ്റു' എന്നിങ്ങനെയാണ് ഉത്തരകേരളത്തിൽ വ്യവഹരിക്കാറുള്ളത്. 'പോയിട്ട്' എന്നതാണ് 'പോയിറ്റ്' എന്ന രൂപമായത്. ഇരട്ടിച്ച ട കാരത്തിനു പകരം 'റ്റ' പ്രയോഗിക്കുകയെന്നത് വടക്കെ മലബാറിലെ സംസാരഭാഷയിൽ സർവസാധാരമാണ്.

'നാക്കുള്ളവന് *നാട്ടേപ്പാതി*',
'കൊതിയൻ ഇലയ്ക്കുപോയി
എനിക്ക് നിലത്ത് *തന്നേര്*',
'അടുക്കുപറയുന്നവന് അഞ്ഞാഴി
മുട്ടം തട്ടണവന് മൂന്നാഴി',
'മൂന്നുപേര് പോയാൽ *മൂഞ്ചിപ്പോരും*',
'കിണറ്റിലെ തവള കുടിച്ചു*കിടക്ക്ണോ*
കുടിക്കാതെ കിടക്ക്ണോ?'

എന്നിവ തെക്കൻ ചൊല്ലുകളാണെന്ന് പ്രത്യേക പ്രസ്താവന കൂടാതെ തന്നെ വ്യക്തമാകും.

'പശു ചത്തിട്ടും മോരിലെ പുളി മാറീല്ല' എന്ന ചൊല്ല് ചില്ലറ ഭേദഗതിയോടുകൂടി 'കടച്ചി ചത്തിറ്റും മോരിന്റെ പുളി പോയില്ല' എന്നിങ്ങനെ വടക്കൻ പ്രദേശങ്ങളിൽ പറയുന്നു. ഇതിലെ 'കടച്ചി' (കന്നുകുട്ടി) എന്ന പദപ്രയോഗവും, 'ട്ട കാര'ത്തിനുപകരമുള്ള 'റ്റകാര' പ്രയോഗവും ശ്രദ്ധേയമാണ്. 'കടച്ചിച്ചാണം വളത്തിനാകാ' എന്ന ചൊല്ല് നോക്കുക. ഇതിലെ 'ചാണം' എന്ന പദം 'ചാണക'മാണ്.

'പാറ കണ്ടാൽ കൈക്കോട്ടുവെക്കണം',
'അടിച്ചാരച്ചൂട്ടും അച്ചനുപിറന്ന മക്കളും ചതിക്കൂല',
'ഉപ്പിന് ഞെലക്കണം പറങ്കി',
'ചപ്പിലവെച്ച് ചവിട്ടരുത്',
'കുയ്യാന പായുന്തോറും വയ്യോട്ടി',
'തൂറാൻമുട്ടുമ്പം പാളപെരുതീറ്റ് കാര്യമില്ല',
'ബഗ്സ് ഇല്ലാത്തോന്ന്
വറ്റില്ലാത്ത കഞ്ഞി',
'കാലിയാച്ചെക്കന്റച്ഛനപ്പറഞ്ഞാ
കോലത്തമ്പുരാന്റച്ഛന കേക്കാം',
'ആച്ച് നോക്കിയേ കൂച്ച് കെട്ടാവൂ'

എന്നീ പഴമൊഴികളിലെ കൈക്കോട്ട് (മൺവെട്ടി), അടിച്ചാര (തെങ്ങിന്റെ കോഞ്ഞാട്ട), ഞെലക്കുക(ഞരടുക), പറങ്കി (കപ്പൽ മുളക്), ചപ്പില (ഇല), കയ്യാന (കുഴിയാന), വയ്യോട്ടി (വഴിയോട്ട്, പിറകോട്ട്), പെരുതീറ്റ് (പരതീട്ട്, അന്വേഷിച്ചിട്ട്), ബഗ്സ് (ഭാഗ്യം), കാലിയാച്ചെക്കൻ (കന്നുകാലികളെ നോക്കുന്ന കുട്ടി), അച്ചന (അച്ഛനെ), കേക്കാം (കേൾക്കാം), ആച്ച് (തഞ്ചം, സാഹചര്യം), കൂച്ച് (കൂട്ടുകെട്ട്) എന്നീ പദങ്ങൾ പ്രാദേശിക സ്വഭാവമുള്ളവയാണ്.

'മേലോട്ടെറിഞ്ഞാൽ *കുത്തോട്ടി* വീഴും',
'കടിച്ച നായീന കണ്ടില്ലെങ്കിൽ
കിട്ടിയ നായീന തല്ലുക',
'കൊന്ന പൂക്കുമ്പം ഒറങ്ങ്യാല്',
മരുതു പൂക്കുമ്പം പട്ടിണി',
'മോലോത്തെ ചോറിനി ഉപ്പ് വേണ്ട',
'അമ്പില്ലാത്തോനോട് തുമ്പുകെട്ടിയത്
അറിവില്ലാത്തോന്റെ പോയത്തം',
'ചാമണ്ഡി കെട്ട്യോന്റെ സാമർഥ്യം
പോതികെട്ട്യോന്റെ പോയത്തം'

എന്നീ ചൊല്ലുകളും അത്യുത്തരകേരളത്തിൽ പ്രാചുര്യത്തിലുള്ളവയാണ്. ഇവയിലെ 'കുത്തോട്ടി' (കീഴ്പ്പോട്ട്), നായീന (നായയെ), ഒറങ്ങ്യാല് (ഉറങ്ങിയാൽ), പൂക്കുമ്പം (പൂക്കുമ്പോൾ), മോലോം (ക്ഷേത്രം-മതിലകം), ചോറിനി (ചോറിന്ന്), പോയത്തം (ഭോഷത്തം), ചാമണ്ഡി (ചാമുണ്ഡി) പോതി (ഭഗവതി) എന്നീ പദപ്രയോഗങ്ങൾ ശ്രദ്ധിക്കുക.

'പിള്ളരെ പണി പുയ്പ്പണി',
'ഉരലുനക്കിപട്ടീരെ ചിറിനക്കിപ്പട്ടി'

എന്നിവകളിലെ സംബന്ധികാവിഭക്തി പ്രത്യയത്തിന്റെ പ്രത്യേകത ശ്രദ്ധേയമാണ്. 'പുയ്പ്പണി' എന്നത് 'പൊയ്പ്പണി' (വ്യാജപ്പണി)യുടെ പ്രാകൃത രൂപമായിരിക്കണം.

'കാള വാലു പൊക്കുമ്പോ അറിയാം
മുള്ളാനോ തൂറാനോ എന്ന്',
'കോഴി കട്ടവന്റെ തലയിലേ പൂടകാണൂ',
'ആരാന്റെ വയറ്റിൽ അമേദ്യംകണ്ട്
പട്ടിയെ വളർത്തരുത്'

എന്നിങ്ങനെയുള്ള തെക്കൻചൊല്ലുകൾക്ക് സമാനമായി

'കാള വാലു പൊന്തിക്കുന്നത്
ഒന്നിക്കിൽ ചാണിടാൻ അല്ലെങ്കിൽ മൂത്രൊയിക്കാൻ',
'കോയീന കട്ടവന്റെ തലയിൽ തൂവല് കാണാം',
'ആരാന്റെ ഊരേലെ തീട്ടംകണ്ടിറ്റ്
ആരെങ്കിലും നായീന പോറ്റാറുണ്ടോ?'

എന്നിങ്ങനെ ഉത്തരകേരളത്തിലും പഴഞ്ചൊല്ലുകളുണ്ട്.

'പെങ്ങളെ മൂക്കുമുറിഞ്ഞാലും
നാത്തൂന്റെ ശയനം മുടക്കണം',
'പിള്ളകൊള്ളാൻവന്ന അച്ചി
ഇരട്ടപെറ്റു',
'പട്ടര് മൂക്കെ തൊട്ടതുപോലെ',
'പറയുമ്പോളറിഞ്ഞില്ലെങ്കിൽ
ചൊറിയുമ്പോളറിയും',
'നായ നടന്നാൽ പ്രയോജനമില്ല
നായക്കിരിക്കാൻ നേരോമില്ല',
'നായാട്ടു മുറുകുമ്പോൾ',
നായക്ക് മുള്ളാൻ മുട്ടും',
'തീട്ടം തിന്നുന്ന പട്ടിക്ക്
ഊളിന്റെ മണമറിയില്ല',
'ഭാരം ചുമക്കുന്ന കഴുതയ്ക്ക്
പിടുക്ക് ഒരു ഭാരമില്ല'

എന്നീ ചൊല്ലുകൾ കോട്ടയം, കുമാരനല്ലൂർ തുടങ്ങിയ പ്രദേശങ്ങളിൽ പ്രാചുര്യത്തിലുള്ളവയാണ്.

പഴഞ്ചൊല്ലുകളുടെ പ്രാദേശിക ഭേദങ്ങളും പാഠഭേദങ്ങളും ശ്രദ്ധിക്കപ്പെടേണ്ടവയാണ്. അവയിലൂടെ ഭാഷയുടെ കരുത്തും സൗന്ദര്യവും മനസ്സിലാക്കുവാൻ സാധിക്കും. 'പഴഞ്ചൊല്ലുകളിൽ കാലത്തിന്റെ ആഘാതങ്ങളിൽ നിന്നൊഴിഞ്ഞുമാറി മറഞ്ഞുകിടക്കുന്ന നിരവധി പ്രത്യേകതകൾ കാണാം. അവ മറഞ്ഞുകിടക്കുന്ന നിരവധി പ്രത്യേകതകൾ കാണാം. അവ ഭാഷയുടെ വികാസഘട്ടങ്ങളിലെ നാഴികക്കല്ലുകൾതന്നെയാണ് (1:9). എന്തുകൊണ്ടും പഴമൊഴികളുടെ ഭാഷാശാസ്ത്രപരമായ പ്രാധാന്യം നിഷേധിക്കാവതല്ല. 'ശരിയായ കടംകഥപോലെ ശരിയായ പഴഞ്ചൊല്ലും ആശയങ്ങളുടെ ഭാഷാപരമായ അഭിവ്യഞ്ജനത്തിന് ആകൃതിയും ജീവനും നൽകുന്ന ഒരു സങ്കൽപ്പമടങ്ങുന്നതാണ് (27:25). അതിനാൽ, ഈ നാടൻ വാങ്മയങ്ങളുടെ സാമൂഹികവും സാംസ്കാരികവുമായ മൂല്യങ്ങളെന്നപോലെ വിലപ്പെട്ടതാണ് ഭാഷാപരമായ സവിശേഷതകളും.

11

പഴഞ്ചൊൽശേഖരം

പഴഞ്ചൊല്ലുകൾ അജ്ഞാതകർതൃകങ്ങളായതിനാൽ അവ പ്രയോഗിക്കുമ്പോൾ 'പണ്ടാരോ പറഞ്ഞപോലെ' എന്ന ആമുഖത്തോടെ അവതരിപ്പിക്കുന്നതു കാണാം. എന്നാൽ ഇന്ന് വ്യവഹാരത്തിലുള്ള പഴഞ്ചൊല്ലുകളെല്ലാം പ്രാചീനതമങ്ങളാണെന്ന് പറഞ്ഞുകൂടാ. പഴഞ്ചൊല്ലുകൾ പലതും പ്രയോഗത്തിൽ ഇല്ലാതായിത്തീർന്നിട്ടുണ്ട്. പുതുതായി പലതും ഉദയം ചെയ്തിട്ടുമുണ്ടാകാം. സാഹിത്യകാരന്മാർ അവരുടെ രചനകളിൽ പഴഞ്ചൊല്ലുകൾ സന്ദർഭാനുഗുണം പ്രയോഗിക്കുക പതിവാണ്. സരസകവിസമ്രാട്ടായ കുഞ്ചൻനമ്പ്യാരുടെ തുള്ളൽപ്പാട്ടുകളിൽ കാണുന്ന ലോകോക്തികൾ സാഹിത്യലോകത്തിന് പരിചിതമാണല്ലോ. ഗ്രാമീണ ജനജീവിതവുമായി ആ ജനകീയ കവിയ്ക്കുണ്ടായ നിരന്തര സമ്പർക്കത്തിന്റെ ഫലമാണവ. അതുകൊണ്ടു തന്നെയാണ് അദ്ദേഹത്തിന്റെ പല ഈരടികളും പഴമൊഴികളെപ്പോലെ ജനജിഹ്വകളിൽ തങ്ങിനിൽക്കുന്നതും. സി വി രാമൻപിള്ള, രാമവർമ്മ അപ്പൻതമ്പുരാൻ, വേങ്ങയിൽ കുഞ്ഞിരാമൻനായനാർ തുടങ്ങിയവരുടെ രചനകളിൽ പഴമൊഴികൾ ധാരാളം സ്ഥലം പിടിച്ചിട്ടുണ്ട്.

പഴഞ്ചൊല്ലുകളുടെ ശേഖരണത്തിൽ പാശ്ചാത്യമിഷനറിമാരുടെ കാലംതൊട്ടേ ശ്രമങ്ങൾ നടന്നിട്ടുണ്ട്. പൗലിനോസ് പാതിരിയുടെ *മലയാളത്തിലെ പഴഞ്ചൊല്ലുകൾ* (1791), ഡോ ഗുണ്ടർട്ടിന്റെ *പഴഞ്ചൊൽ മാല* (1845), പൈലോപോളിന്റെ *മലയാളപ്പഴഞ്ചൊല്ലുകൾ* (1902) എന്നിവ പ്രാതഃസ്മരണീയങ്ങളാണ്. നൂറിലധികം പഴമൊഴികളും അവയുടെ ലത്തീൻ പരിഭാഷയുമാണ് പൗലിനോസ് പാതിരിയുടെ ഗ്രന്ഥത്തിലുള്ളത്. അവയിൽ മിക്കതും കവിവാക്യങ്ങളത്രെ. വിഷയക്രമമനുസരിച്ച് പഴഞ്ചൊല്ലുകളെ വർഗീകരിക്കാനും വ്യാഖ്യാനിക്കാനും ഗുണ്ടർട്ടിനു

കഴിഞ്ഞു. ക്രിസ്തീയതത്വങ്ങളുമായി ബന്ധപ്പെടുത്താൻ അദ്ദേഹം ശ്രമിച്ചിട്ടുള്ളതായിക്കാണാം. ഗുണ്ടർട്ടിന്റെ മലയാളം ഇംഗ്ലീഷ് നിഘണ്ടു (1872)വിലും അനേകം പഴഞ്ചൊല്ലുകൾ ഉദ്ധൃതങ്ങളായിട്ടുണ്ട്. പൈലോ പോളിന്റെ സമാഹാരത്തിൽ രണ്ടായിരത്തി അഞ്ഞൂറിലധികം പഴമൊഴികൾ അടങ്ങുന്നു. മലയാളചൊല്ലുകൾക്ക് സമാനമായ ഇംഗ്ലീഷ് ചൊല്ലുകൾ കഴിവതും ചേർക്കാൻ ഗ്രന്ഥകാരൻ ശ്രദ്ധിച്ചിട്ടുണ്ട്.

പാശ്ചാത്യമിഷനറിമാരുടെ ശ്രമം പിൽക്കാലത്ത് പല പഴഞ്ചൊൽ സഞ്ചയങ്ങൾക്കും വഴിതെളിച്ചു. റവ: കെ ടി ചാക്കുണ്ണിയുടെ *രണ്ടായിരത്തൊന്നു പഴഞ്ചൊല്ലുകൾ* പ്രസിദ്ധീകൃതമായത് 1957-ലാണ്. *കുഞ്ഞുണ്ണിമാസ്റ്ററുടെ പഴഞ്ചൊല്ലുകൾ* (1959), ഡോ. എസ് കെ നായരുടെ *ദ്രാവിഡ ചൊല്ലുകൾ* (1960), പി സി കർതാവിന്റെ *പഴഞ്ചൊൽ പ്രപഞ്ചം* (1966), വേലായുധൻപണിക്കശ്ശേരിയുടെ *നാലായിരം പഴഞ്ചൊല്ലുകൾ* (1965), *പതിനായിരം പഴഞ്ചൊല്ലുകൾ* (1975) എന്നിവ പിൽക്കാലത്തുണ്ടായ പഴഞ്ചൊൽശേഖരങ്ങളാണ്. എം രാമലിംഗംപിള്ളയുടെ *മലയാളശൈലീ നിഘണ്ടു* (1937), വടക്കുംകൂർ രാജരാജവർമയുടെ *ശൈലീ പ്രദീപം* എന്നീ ഗ്രന്ഥങ്ങളിൽ പഴഞ്ചൊല്ലുകൾ കടന്നുകൂടിയിട്ടുണ്ട്.

നാടൻ വിജ്ഞാനസമ്പാദന തൃഷ്ണയോടെയുള്ള സമഗ്രമായ അന്വേഷണമോ സമാഹരണമോ പഠനമോ ഈ രംഗത്ത് ഉണ്ടായെന്ന് തോന്നുന്നില്ല. പഴഞ്ചൊല്ലുകളുടെ എണ്ണം പെരുപ്പിച്ചുകാണിച്ചതുകൊണ്ടുമാത്രം പോരല്ലോ. നമ്പ്യാർകൃതികളിലും മറ്റും കാണുന്ന ലോകോക്തികൾതൊട്ട് ആധുനിക കവികളുടെ വാക്യംവരെ പഴമൊഴികളായി പരിഗണിച്ചവരുമുണ്ട്. നാടൻജനതയുടെ ചുണ്ടുകളിൽ തങ്ങിനിൽക്കുന്ന വാങ്മയങ്ങളെയും സാഹിത്യലോകത്ത് പ്രശസ്തങ്ങളായ ആപ്തവാക്യങ്ങളെയും വേർതിരിച്ചു കാണിപ്പാൻപോലും ശ്രമം നടന്നിട്ടില്ല. ആ നിലയിൽ, നമ്മുടെ നാടൻ പഴഞ്ചൊല്ലുകളുടെ ശേഖരണവും വർഗീകരണവും പഠനവും അനിവാര്യമായിത്തീർന്നിട്ടുണ്ട്. നാടൻ വാങ്മയങ്ങളുടെ പ്രാദേശികരൂപങ്ങൾ മാറ്റി, തേച്ചുമിനുക്കി പ്രകാശിപ്പിക്കുന്നതും അഭികാമ്യമല്ല.

അനുബന്ധം

പഴഞ്ചൊല്ലുകൾ

പഠനത്തിനുപയോഗിച്ചതും ഉപയോഗിക്കാത്തതുമായ കുറേ പഴഞ്ചൊല്ലുകൾ ഇവിടെ ചേർക്കുന്നു. ചൊല്ലുകളുടെ വാമൊഴിരൂപം തേച്ചു മിനുക്കുവാൻ ശ്രമിച്ചിട്ടില്ല. ഫോക്‌ലോർ പഠനത്തിൽ അങ്ങനെ ചെയ്തുകൂടാ. ഭാഷാഭേദം മനസിലാക്കുവാൻകൂടി ഇവ സഹായകമാകും.

അകത്തുകത്തി, പുറത്തുപത്തി[1]

അകലെ നടണം അടുത്തുനടണം.

അകലെ പോന്നവനെ അരികിൽ വിളിക്കണോ?

അകലെയുള്ള ബന്ധൂ[2]നക്കാൾ അടുത്തുള്ള ശത്രുവാ നല്ലത്.

അകൗശല ലക്ഷണം സാധനദൂഷ്യം

അക്കരനിന്നവൻ തോണി പുരട്ടി

അക്കരശ്ശാന്തി ഇക്കരസമുദായം.

അങ്കവും കാണാം താളീം പറിക്കാം[3]

അങ്ങാടീപ്പൂവാൻ[4] ചങ്ങാതിവേണ്ട
അങ്ങാടീ തോൽവി[5] അമ്മയോടോ

അച്ഛൻ ആനകേറിയാ
മോന്റെ കുണ്ടിക്ക്[6] തയമ്പുകാണ്വോ?

---

1 ഭക്തി

2 ബന്ധുവെ

3 താളിയും ഒടിക്കാം

4 അങ്ങാടിയിൽ പോകുവാൻ

5 തോലിയം (പാ.ഭേ).

6 പൃഷ്ഠത്തിന്

അച്ചികടിച്ച പുല്ല് കുട്ടിയും കടിക്കും.

അച്ചിക്ക് കൊഞ്ചി[7]ഷ്ടം നായർക്ക് ഇഞ്ചിയിഷ്ടം.

അഞ്ചനമെന്നതെനിക്കറിയാം
മഞ്ഞളുപോലെ വെളുത്തിറ്റ്[8]

അടക്ക കട്ടാലും ആനകട്ടാലും കള്ളൻതന്നെ.

അടയ്ക്കയാകുമ്പം[9] മടീല്വെക്കാം; കവുങ്ങായാലോ?

അടച്ചവായിൽ ഈച്ചകേറില്ല.

അടച്ചുവേവിച്ച കറിയും
അടിച്ചു വളർത്തിയപെണ്ണും

അടിക്കന്തകനും പേടിക്കും

അടിച്ചവഴിയെ പോയില്ലെങ്കിൽ
പോയവഴിയെ തെളിക്ക

അടിച്ചാര[10]ച്ചൂട്ടും അച്ഛനു പിറന്ന മക്കളും ചതിക്കൂല

അടിതെറ്റിയാൽ ആനയും വീഴും

അടിമാച്ചി[11]തലയ്ക്കുവെക്കരുത്

അടിമേലടിച്ചാൽ അമ്മിയും പൊട്ടും

അടിയിലും മീതെ ഒടി[12]യില്ല

അടുക്കക്കിടന്നാലേ രാപ്പനി അറിയൂ.

അടുക്കളത്തൂണിന്ന് അഴകെന്തിനാ?

അടുക്കളച്ചുമരിനു ചിത്രം വേണ്ട.

അടുക്കു പറയുന്നവനി അഞ്ഞായി
മുട്ടം വെട്ടുന്നവനി[13]മുന്നായി

അടുത്തവരെ കെടുത്തരുത്

അട്ടയ്ക്കു പൊട്ടക്കുളം

അട്ടയെപ്പിടിച്ച് ആരെങ്കിലും
മെത്തയിൽ കിടത്താറുണ്ടോ?

---

7 ഒരുതരം മത്സ്യം

8 വെളുത്തിട്ട്

9 ആകുമ്പോൾ

10 അടിച്ചിപാര; കോച്ചാട്ട; പാഞ്ചാട്ട

11 ചൂല് (മാർജിനി)

12 ആഭിചാരം (ദുഷ്കർമ്മം)

13 വിറകുവെട്ടുന്നവനു (അധ്വാനിക്കുന്നവനു)

അട്ടയെ മെത്തയിൽ കിടത്ത്യാൽ കിടക്കയില്ല.

അണ്ടികടിച്ച അണ്ണാനെപ്പോലെ

അണ്ടിയോടടുക്കുമ്പോഴറിയാം മാങ്ങേരെ[14]പുളി

അണ്ടിയോ മൂത്തത് മാവോ മൂത്തത്.

അണ്ണാൻ കുഞ്ഞിനെ മരംകേറ്റം പഠിപ്പിക്കണോ?

അണ്ണാൻകുഞ്ഞും തന്നാലായത്.

അണ്ണാൻ മൂത്താലും മരംകേറ്റം മറക്കില്ല.

അണ്ണാറക്കണ്ണനും[15] തന്നാലായത്

അതിമോഹം പെരും ചേതം

അത്താഴം അത്തിപ്പഴത്തോളം

അത്താഴം അരവയറ്.

അത്തം വെളുത്താ ഓണം വെളുക്കും.

അത്യാശ അനർത്ഥം.

അധികാരി[16]ചത്താ നികുതി വെക്കേണ്ടേ?

അന്തിയോളം പറഞ്ഞാലും
അൻപുകെട്ടു പറയരുത്.

അന്നവിചാരം മുന്നവിചാരം

അന്നുതീരാത്ത പണികൊണ്ട് അന്തിയാക്കരുത്

അപായം വന്നാൽ ഉപായം വേണം.

അപ്പം തിന്നാപ്പോരേ, കുഴിയെണ്ണണോ?

അമര[17]ത്തടത്തിൽ തവളകരയണം.

അമിതമായാൽ അമൃതും വിഷം

അമ്മയ്ക്കടങ്ങാത്ത മോളും
അമ്മിക്കടങ്ങാത്ത കുട്ടീം[18]

അമ്മയ്ക്കു പ്രാണവേദന,
മോക്ക് വീണവായന

അമ്മ തോട് ചാടിയാൽ

---

14 മാങ്ങയുടെ

15 അണ്ണാക്കൊട്ടനും

16 ഗ്രാമാധിപതി (വില്ലേജ് ഓഫീസർ)

17 അവര (ഒരുതരം പയറ്)

18 കുട്ടിയും (അമ്മിക്കുട്ടി)

മോള് ആറ് ചാടും

അമ്മായി അമ്മേന കല്ലിമ്മേൽ വെച്ചിറ്റ്
മറ്റൊരു കല്ലോണ്ട് നാരായണ

അമ്മിക്കുട്ടി കിണറ്റിലിട്ടാൽ മങ്ങലം മുടങ്ങ്വോ?

അമ്മേന[19]തച്ച കൈ പൂക്കും[20]

അമ്മേന തച്ചാലും രണ്ടുണ്ടുപക്ഷം

അമ്പലത്തിലെ പൂച്ച തേവരെ പേടിക്കൂല.

അമ്പലം വിഴുങ്ങിക്ക് വാതിൽപ്പല പപ്പടം

അയൽ നോക്കിയേ കൃഷി ഏൽക്കാവൂ.

അരചൻ വീണാൻ പടയില്ല.

അരച്ചതുതന്നെ അരച്ചാ മുകത്ത്[21]തെറിക്കും

അരണ കടിച്ചാലുടനെ മരണം.

അരപ്പണത്തിന്റെ പൂച്ച
മുക്കാപ്പണത്തിന്റെ നെയ്കുടിച്ചു.

അരപ്പണി ആശാനെയും കാണിക്കരുത്

അരമനരഹസ്യം അങ്ങാടിപ്പാട്ട്.[22]

അരവൈദ്യൻ ആളെക്കൊല്ലും.

അരികണ്ടുണ്ണേണം
തിരികണ്ടു കിടക്കേണം
സന്തതി കണ്ടു മരിക്കേണം.

അരിനാഴിക്കും അടുപ്പുകല്ല് മൂന്ന് തന്നെ

അരിയെറിഞ്ഞാൽ ആയിരം കാക്ക.

അരിവിതച്ചാൽ നെല്ലാവില്ല

അരിയെത്രമാപ്പിളെ
പയറഞ്ഞാഴിയമ്മേ്യാ.

അൽപ്പനു രാജ്യം കിട്ടിയാ
അർധരാത്രിക്കു കുടപിടിക്കും

അല്ലലുള്ള പുലച്ചിലേ

19 അമ്മയെ

20 പുഴുക്കും

21 മുഖത്ത്

22 അങ്ങാടിയിൽ പരസ്യം (പാ.ഭേ).

ചുള്ളിയുള്ള കാടറിയൂ.

അവനോന്റെ മീട്[23]നന്നല്ലാഞ്ഞിറ്റ്
കണ്ണാടികുത്തിപ്പൊളിച്ചിറ്റെന്തുകാര്യം?

അവനവന്റെ പല്ലിൽ തോണ്ടീറ്റ്
മണപ്പിക്കുന്നതെന്തിനാ?

അവിട്ടം പിറന്നാൽ തവിട്ടിലും നേടും.

അവീലിൻ ചേരാത്ത കഷ്ണോമില്ല
മാപ്പിളേല് ചേരാത്ത ജാതിയുമില്ല.

അശ്വതി അച്ചി പിറക്കണം.

അഷ്ടമശ്ശനി നഷ്ടംവരുത്തും

അഷ്ടിക്കു മുട്ടൂവില്ല
അട്ടക്കാല് പിടിക്കൂവില്ല.

അഹങ്കരിച്ചാൽ മുഖം കറുക്കും.

അഴകുള്ള ചക്കയിൽ ചുളയില്ല.

അറയ്ക്കൽ കെട്ടാൻ പാതി സമ്മതം

അറിഞ്ഞിരുന്നാൽ ഫലം ചുരുങ്ങും

അറുപതു കഴിഞ്ഞാൽ അത്തുംപുത്തും
എഴുപതു കഴിഞ്ഞാൽ എന്തോ ഏതോ.

അർഥം അനർഥം.

ആകെ മുങ്ങ്യാ ശീതില്ല.[24]

ആച്ചു[25]നോക്കിയേ കൂച്ച്[26]കെട്ടാവൂ,

ആടാത്ത ചാക്യാർക്ക് അണിയൽ

ആടറിയുമോ അങ്ങാടി വാണിഭം.

ആട് കിടന്നേടത്ത്[27] പൂടയെങ്കിലും കാണാം.

ആടുമേഞ്ഞ കാടുപോലെ.

ആടെന്തങ്ങാടി കണ്ടു?

ആട്ടം കഴിഞ്ഞാ അരങ്ങത്ത് നില്ക്കരുത്.

ആണില്ലാത്തിടത്ത് ആവണക്ക് തൂണ്.

---

23 മുഖം

24 ആഴം മുങ്ങിയാൽ ശീതില്ല (പാ. ഭേ).

25 അവസരം; കാലാവസ്ഥ

26 ചങ്ങാതിത്തം

27 രോമം

ആണില്ലാത്തിടത്ത് തൂണെങ്കിലും വേണം.

ആണിനെ പേടിയില്ലെങ്കിൽ
തൂണിനെയെങ്കിലും പേടിക്കണം.

ആതി പാതി ഞാലി പീറ്റ

ആന കൊടുത്താലും ആശകൊടുക്കരുത്.

ആനക്കാര്യം വരുമ്പോൾ ചേനക്കാര്യോ?

ആനയ്ക്കു പന ചക്കര.

ആനയ്ക്കു മണികെട്ടേണ്ട.

ആനയ്ക്ക് ആനയുടെ ബലം അറിയില്ല.

ആനക്ക് ആറാട്ട് നന്നാകണമെന്നില്ല

ആന ചത്താലും (ജീവിച്ചാലും) പന്തീരായിരം.

ആന പോകുന്ന വഴി വാലും.

ആന പോകുന്ന വഴി തുറന്ന്
കടുപോകുന്ന വഴി അടയ്ക്കാറുണ്ടോ?

ആന പോയാൽ അടുപ്പിലും തപ്പണം

ആനപ്പുറത്തിരിക്കുമ്പം പട്ടിയെ പേടിക്കണ്ട.

ആന മെലിഞ്ഞാലും തൊഴുത്തിൽ കെട്ടാറില്ല.

ആനയില്ലാത്ത ആറാട്ട്.

ആനയോളം വാപൊളിക്കാൻ അണ്ണാനാമോ?

ആനേന പേടിച്ചാപ്പോര.
ആനേപ്പിണ്ടത്തിനേയും പേടിക്കണോ?

ആനേന[28]വെക്കേണ്ടദിക്കിൽ
പൂവെങ്കിലും വെക്കണ്ടേ?

ആനേരെ[29]വായില് അമ്പഴങ്ങ

ആമാടക്ക്[30]ആരെങ്കിലും പുഴുത്തുള നോക്കുമോ?

ആയിരം കാക്കയ്ക്ക് ഒരു കല്ല്.

ആയിരം കുഞ്ഞീന കുഴിക്കുകൊടുത്താലും
ഒരു കുഞ്ഞിന വിലയ്ക്കു കൊടുക്കില്ല.

ആയിരം പിരാവിയാൽ

---

28 ആനയെ

29 ആനയുടെ

30 പണ്ടുകാലത്തെ ഒരു സ്വർണനാണയമാണ് ആമാട.

ആയുസ്സിനും കേടാണ്.

ആയിരം വാക്ക് അരപ്പണം തൂങ്ങൂല്ല.

ആയിരം വേനൽക്ക് അരവർഷം.

ആയെങ്കിലായിരം തെങ്ങ്
പോയെങ്കിൽ പത്ത് മടല്.

ആയില്യം അയൽ മുടിക്കും.

ആരാനും ഉണ്ടെങ്കിലേ ഏതാനും ഉണ്ടാവൂ.

ആരാന്റെ ഊരേലെ[31] തീട്ടം കണ്ടിറ്റ്
ആരെങ്കിലും നായീന[32] പോറ്റാറുണ്ടോ?

ആരാന്റെ കണ്ണേ അവനോന്റെ കുറ്റം കാണൂ.

ആരാന്റെ കത്തി എന്നവന്നു കൊത്തി.

ആരാന്റെ പശൂന[33] പിടിച്ചു ദാനം ചെയ്യുക.

ആരാന്റെ വയറ്റിൽ അമേദ്യം കണ്ട്
പട്ടിയെ വളർത്തരുത്.

ആരാന്റമ്മയ്ക്ക് പ്രാന്ത്[34] കെട്ട്യാ
കാണുന്നോർക്കാരമ്പം[35]

ആരിയൻ നെല്ലിന്റെ ചോലമൂത്താലേ
കൊങ്കൻ പുണ്ണ് ഉണങ്ങൂ.

ആരിയൻ വിതച്ചാൽ നവര വിളയുമോ?

ആലിപ്പഴം[36] പൂക്കുമ്പം[37] കാക്കക്ക് വായ്പ്പുണ്ണ്.

ആവണക്കെണ്ണകൊണ്ട് ശൗചിച്ചപോലെ.

ആവും കാലം ചെയ്തതു
ചാവും കാലം കാണാം.

ആവോളം തുടങ്ങരുത്,
തുടങ്ങ്യാലൊട്ടു മുടങ്ങരുത്.

ആശാൻ പിഴച്ചാൽ നാല്പതും പിഴയ്ക്കും.

ആശാരീരെ പണിയിലുമുണ്ട്,

---

31 പൃഷ്ഠത്തിലെ

32 നായയെ

33 പശുവിനെ

34 ഭ്രാന്ത്

35 ആറാട്ട് (പാ.ഭേ.)

36 അത്തിപ്പഴം (പാ.ഭേ.)

37 പഴുക്കുമ്പോൾ

തടിയുടെ വളവിലുമുണ്ട്.

ആശിച്ചത് കിട്ടീല്ലെങ്കിൽ കിട്ട്യത് ആശിക്കുക.

ആളറിഞ്ഞു പോകണം,
പൊന്നണിഞ്ഞു നോക്കണം.

ആളറിയാതെ തുപ്പിയാൽ
ചെകിടറിയാതെ കിട്ടും.

ആളിൽ കുറിയവനെ വിശ്വസിച്ചുകൂടാ.

ആളുനോക്കിപ്പെണ്ണും
മരം നോക്കി കൊടിയും.

ആളുവില കല്ലുവില.

ആളെത്തും മുമ്പേ നിഴലെത്തും.

ആളേറെ പോകുന്നതിനെക്കാൾ
താനേറെ പോകുന്നതാ ഗുണം.

ആഴക്കു കൊടുത്തിറ്റ് മൂഴക്കു വാങ്ങുമ്പോലെ

ആഴം മുങ്ങ്യാ ശീതില്ല.

ആഴമുള്ള കുഴിക്ക് നീളമുള്ള വടി.

ആഴമുള്ളിടത്ത് അലയില്ല.

ആറു നാട്ടിൽ നൂറുഭാഷ.

ആറ്റിൽക്കളഞ്ഞാലും
അളന്നു കളയണം.

ഇക്കര നിന്നാലക്കരപ്പച്ച.

ഈച്ചെവിയോണ്ട്[38]കേട്ടത്
ആച്ചെവിയൊണ്ട് കളയണം.

ഇടിച്ചാൽ തീരാത്ത കുന്നില്ല.

ഇടിഞ്ഞേനപ്പുറം വരമ്പ്.

ഇടിവെട്ടേറ്റവനെ പാമ്പുകടിച്ചു.

ഇട്ടിയമ്മ ചാടിയാൽ
കൊട്ടിയമ്പലത്തോളം.

ഇണങ്ങാതെ പിണങ്ങിക്കൂടാ.

ഇണങ്ങ്യ പക്ഷി കൂട്ടിൽ,
ഇണങ്ങാത്തത് കാട്ടിൽ.

---

38 ചെവി കൊണ്ട്

ഇണങ്ങ്യാ നക്കിക്കൊല്ലും,
പിണങ്ങ്യാ ഞെക്കിക്കൊല്ലും.

ഇന്നലത്തെ മഴയ്ക്കു പൊടിച്ച തമര[39]

ഇരപ്പാളി വെറ്റില തിന്നണെങ്കിൽ
ഏഴുവീടറിയണം.

ഇരയിട്ടാലേ മീൻ പിടിക്കാനാവൂ.

ഇരിക്കാൻ കൊടുത്താ കാല്നീട്ടാറുണ്ടോ?

ഇരിക്കേണ്ടിടത്ത് ഇരുന്നാലേ
ചെരകാരൻ[40]ചെരക്കൂ.

ഇരിപ്പിടം ഉറച്ചിട്ടു വേണ്ടേ
പടിപ്പുര തുറക്കാൻ[41]

ഇരിപ്പിടം പണിതിട്ടു പടിപ്പുര,

ഇരുട്ടോണ്ട് ഓട്ടയടക്കാനാവില്ല.

ഇരുതോണിൽ കാലിടററുത്[42]

ഇരുന്നിട്ടുവേണം കാലുനീട്ടാൻ.

ഇരുന്നുണ്ടാൽ രുചിയറിയാ.

ഇരുമ്പും തൊഴിലും ഇരിക്കെക്കെട്ടും.

ഇരുവഴി കണ്ടാൽ പെരുവഴിപോകണം.

ഇല മുള്ളേൽ വീണാലും മുള്ള് ഇലേൽ[43] വീണാലും
ഇലയ്ക്കുതന്നെ കേട്.

ഇല്ലാത്തവർക്ക് ആമാട[44]യും പൊന്ന്.

ഇല്ലം നിറച്ചാൽ വല്ലം നിറയ്ക്കണം.

ഇല്ലം മുടക്കി ചാത്തം നടത്തരുത്

ഇഷ്ടമില്ലാത്ത അച്ചി തൊട്ടതെല്ലാം കുറ്റം.

ഇഷ്ടം മുറിപ്പാൻ അർഥം മഴു.

ഇളക്കുമ്പം കടിക്കാത്ത പാമ്പുണ്ടോ.

ഇറവെള്ളം എറുമ്പിനു സമുദ്രം.

---

39 തകര

40 ക്ഷുരകൻ

41 പടിപ്പുരപണിയാൻ (പാ.ഭേ.)

42 കാലുവെക്കരുത് (പാ. ഭേ.)

43 ഇലയിൽ

44 ആമാട എന്ന പഴയ സ്വർണനാണയത്തിന്റെ ആകൃതിയിലുള്ള വറുത്തകായ എന്നാണ് ഇവിടെ വിവക്ഷ.

ഈച്ചയ്ക്കും പൂച്ചയ്ക്കും അയിത്തം[45]ഇല്ല.

ഈച്ചപോയാലാശ്വാസം.

ഈച്ചേന തിന്ന് ജാതികളയരുത്.

ഈരെടുപ്പാൻ[46]പേൻ കൂലി.

ഈഴം കണ്ടവൻ ഇല്ലം കാണില്ല.

ഈറ്റുനോക്കാൻ പോയിറ്റ് ഇരട്ടപെറ്റു.

ഉച്ച ഉച്ചനെ നോക്യാ പിച്ചയെടുക്കും.

ഉച്ചക്കുളി പിച്ചക്കുളി.

ഉച്ചാറുച്ചയ്ക്ക് വെള്ളരിനട്ടാൽ
വിഷു ഉച്ചയ്ക്ക് വെള്ളരിപറിക്കാം.

ഉടഞ്ഞ ശംഖിൽ ഒച്ചവരില്ല.

ഉടമയുടെ ദൃഷ്ടി ഒന്നാന്തരം വളം.

ഉടയോനുടച്ചാൽ ഓട്ടിനും കൊള്ളാം.

ഉടുക്കാനില്ലാഞ്ഞിറ്റ് പട്ടുടുത്തു.

ഉണ്ട ഉണ്ണി ഓടിക്കളിക്കും.

ഉണ്ടചോറിൽ മണ്ണിടരുത്.

ഉണ്ടു മുഷിഞ്ഞവനോട് ഉരുള വാങ്ങണം.

ഉണ്ടോനറിയുമോ ഉണ്ണാത്തോന്റെ വിശപ്പ്.

ഉണ്ടോനു പായികിട്ടാഞ്ഞിറ്റ്,
ഉണ്ണാത്തോനു ഇലകിട്ടാഞ്ഞിറ്റ്.

ഉണ്ടോനേ ഊക്കു കാട്ടൂ.

ഉണ്ണാനില്ലാഞ്ഞിറ്റ് വിത്ത് കുത്തിയുണ്ണുമ്പോലെ.

ഉണ്ണീരെ ഊര[47]കണ്ടാലറിയാം
ഇല്ലത്തെ പുഷ്ടി.

ഉണ്ണുന്നോനറിയില്ലെങ്കിൽ
ഊട്ടുന്നോനറിയണം.

ഉണ്ണുമ്പോൾ ഓശാരവും[48]
ഉറങ്ങുമ്പോൾ ആചാരവുമില്ല.

---

45 അശുദ്ധി

46 ഈരെടുത്താൽ (പാ.ഭേ.)

47 ഉണ്ണിയുടെ പൃഷ്ടം

48 ഉപചാരം

ഉൺമാൻ കൊടുത്താൽ അമ്മാച്ചൻ,
അല്ലെങ്കിൽ കുമ്മാച്ചൻ

ഉണ്ണോരെഭാഗ്യം ഉഴുതേടം കാണാം.

ഉത്തരം മുട്ട്യാ കൊഞ്ഞനം കാട്ടും.

ഉത്രാടം വെപ്രാളം.

ഉന്തിക്കയറ്റിയാൽ ഊരിവീഴും.

ഉപസ്ഥാനം[49]അവസ്ഥപോലെ.

ഉപ്പില് ഞെലക്കണം പറങ്കി.

ഉപ്പിലും കേറിയോ അട്ട.

ഉപ്പുതിന്നവർ വെള്ളം കുടിക്കും.

ഉപ്പും കൊള്ളാം വാവും കുളിക്കാം.

ഉപ്പോളം പുളിക്കുമോ ഉപ്പുമാങ്ങ.

ഉപ്പോളം വരുമോ ഉപ്പിലിട്ടത്?

ഉമ്മറപ്പടിമേൽ ഇരിക്കരുത്.

ഉരത്ത പാമ്പിനി പെരുത്ത വടി

ഉരലിന്റെ ചോട്ടിൽ ഇരുന്നാ കുത്തുകൊള്ളും.

ഉരലു വിഴുങ്ങുവാനും വിരലിന്റെ മറവുവേണം.

ഉരല് നക്കിപ്പട്ടീരെ ചിറി നക്കിപ്പട്ടി.

ഉരിനെല്ലൂരാൻ പോയിറ്റ്
പത്തുപറ നെല്ല് പന്നിതിന്നു.

ഉള്ളതു പറഞ്ഞാൽ[50]ഉറിയും ചിരിക്കും.

ഉള്ളേനക്കൊണ്ട്[51]ഓണംപോലെ.

ഉള്ളോന്റെ പൊന്നു കക്കാൻ
ഇല്ലാത്തോന്റെ പാരവേണം.

ഉഴക്കു കൊടുത്ത് ആഴക്കു വാങ്ങുക.

ഉഴക്കു കൊടുത്ത് ഉരിവാങ്ങുക.

ഉഴുതുന്ന മാടറിയുമോ വിതയ്ക്കുന്ന വിത്ത്.

ഉഴുതോണ്ടുനിന്ന കാളയെ
കള്ളൻകൊണ്ടുപോയി.

---

49 മധ്യാഹ്ന സന്ധ്യാവന്ദനം

50 നേരുപറഞ്ഞാൽ (പാ.ഭേ.)

51 ഉള്ളതുകൊണ്ട്

ഉർവശീശാപം ഉപകാരമായ്‌വന്നു.

ഊട്ടിനു മുമ്പും ചൂട്ടിനു പിമ്പും.

ഊട്ടുകേട്ട പട്ടർ, ആട്ടു കേട്ട പന്നി.

ഊനം വന്നാൽ ഉപായം വേണം.

എടവത്തിൽ പാതിവർഷം.

എടുത്തുചാട്ടം പിഴച്ചുചാട്ടം.

എണ്ണ കാണുമ്പം[52]പുണ്ണ്നാറും.

എത്താത്ത കൊമ്പിനി[53]കൊക്ക[54]യിടരുത്.

എന്റെ പുളിയും പൂക്കും.

എമ്പ്രാന്റെ വിളക്കത്ത്
വാരിയന്റെ അത്താഴം.

എരുമക്കിടാവിനെ നീന്താൻപഠിപ്പിക്കണോ?

എരുമയ്ക്കു പ്രാണവേദന,
പോത്തിനു പൊൽപ്പിടി[55]

എലിക്കു പ്രാണവേദന[56]
പൂച്ചയ്ക്കു വിളയാട്ടം.

എലിച്ചീന കാണുമ്പം പുളിച്ചാന വേണ്ട

എലിയെ പേടിച്ച് ഇല്ലം ചുടാറുണ്ടോ?

എലീന വെറുത്തിറ്റ് പൊരചുട്ടാൽ
എലിക്കെന്ത് നഷ്ടം.

എല്ലാ പൂവും കായാവില്ല.

എല്ലാരിറച്ചീം കാക്കയ്ക്കു പറ്റും;
കാക്കേരിറച്ചി ആർക്കും പറ്റൂല്ല.

എല്ലാരും തേങ്ങ ചെരണ്ടുമ്പോൾ[57]
നമ്മള് ചെരട്ടയെങ്കിലും ചെരണ്ടണ്ടേ?

എല്ലാരും പല്ലക്കേറിയാൽ
ചുമക്കാൻ ആളുവേണ്ടേ?

---

52 കാണുമ്പോൾ
53 കൊമ്പിന്നു
54 കൊളുത്തുള്ള നീളമുള്ള കമ്പ്
55 ഇണചേരാനുള്ള ആഗ്രഹം
56 മരണവേദന (പാ.ഭേ.)
57 ചുരണ്ടുമ്പോൾ (ചിരവുമ്പോൾ)

എല്ലുമുറിയെ പണിയെടുത്താൽ
പല്ലുമുറിയെ തിന്നാം.

എളമ്പക്ക[58]ത്തോട്ടിൽ നായി[59]കയറിയപോലെ

എളിയോനെ കാണുമ്പം എള്ളും തുള്ളും.

എളിയോൻ പറിക്കുന്നത് എലക്കറി.[60]

എള്ളിട തെറ്റിയാൽ വില്ലിടതെറ്റും.

എള്ളിനി[61]ഏഴ്ഉഴവ് കൊള്ളിന്[62]ഒരുഴവ്

എള്ളിലെ വാരം മുതിരയിൽ തീരും.

എള്ളുണങ്ങുന്നത് എണ്ണയ്ക്ക്.
പിണ്ണാക്കുണങ്ങുന്നതോ?

ഏക്കം കൊടുത്തിറ്റ് ഉമ്മട്ടം[63]വാങ്ങാറുണ്ടോ?

ഏച്ചുകെട്ടിയാൽ മുഴച്ചു നിൽക്കും.

ഏട്ടന്റനിയൻ കോന്തക്കുറുപ്പ്.

ഏട്ടിൽ കണ്ട പശു[64]പുല്ലുതിന്നില്ല.

ഏഴിൽ തിരിയാത്തവന്
എഴുപതിലും തിരിയില്ല.

ഏറിപ്പോയാ കോരിപ്പോകും.

ഏറുന്ന കുരങ്ങിനി ഏണിചാരണോ?

ഏറെ വിളഞ്ഞാൽ വിത്തിനാകാ.

ഏറെ വെളുത്താൽപ്പാണ്ട്,
ഏറപ്പറഞ്ഞാ പ്രാന്ത്.

ഒടിയന്റെ[65]മുമ്പിൽ മായംപറയരുത്.[66]

ഒടുക്കമിരുന്നവൻ കട്ടിലൊടിച്ചു.

ഒട്ടുമില്ലാത്ത അച്ചിക്കു
കാൽപ്പണത്തിന്റെ മിന്ന്.

---

58 ഇളമ്പക്ക. പുറംന്തോടുള്ള ഒരു ജലജീവി

59 നായ

60 ഇലക്കറി

61 എള്ളിനു

62 മുതിരയ്ക്ക്

63 ശ്വാസംമുട്ട്

64 ഏട്ടിലെപ്പശു (പാ.ഭേ.)

65 കൂടോത്രക്കാരന്റെ

66 ഒടിയന്റടുത്ത് മായംവേണ്ട (പാ.ഭേ.)

ഒത്തുനടണം, ഒരുമിച്ചുനടണം.

ഒത്തു പിടിച്ചാൽ മലയുംപോരും.

ഒന്നികിൽ കുരിക്കളെ[67]നെഞ്ചത്ത്,
അല്ലെങ്കിൽ കളരിക്കു പുറത്ത്.

ഒന്നുകിൽ ആനപെടും
അല്ലെങ്കിൽ അരചൻപെടും.

ഒന്നുക്കിൽ പത്തുപണം
അല്ലെങ്കിൽ പത്തു ചൊറി

ഒന്നു ചീഞ്ഞാലേ
മറ്റൊന്നിനു വളമാകൂ.

ഒരപ്പം തിന്നാലും നെയ്യപ്പം തിന്നണം.

ഒരിക്കാത്തൊട്ടാ വെരിക്കച്ചക്ക
രണ്ടോട്ടം തൊട്ടാ തേങ്ങാപ്പൂള്
മൂന്നോട്ടം തൊട്ടാ മുങ്ങിക്കുളി.

ഒരു കുന്നിനു ഒരു കുഴി.

ഒരു കൊമ്പിൽ പിടിച്ചാലും
പുളിങ്കൊമ്പിൽ പിടിക്കേണം.

ഒരു ചെവിയോണ്ട് കേട്ടത്
മറ്റേച്ചെവി അറിയരുത്.

ഒരുത്തനും കരുത്തനും
വണ്ണാത്താനും വളഞ്ചിയനും[68]കൃഷിയരുത്.

ഒരുമയുണ്ടെങ്കിൽ ഉലക്കമേലും കിടക്കാം.

ഒരു മരം ഒരു കാവാകയില്ല.

ഒരു രാവിന് ഒരു പകല്

ഒരു വറ്റിനു ഒൻപത് പട്ടിണി.

ഒരു വാതിലടയ്ക്കുമ്പോൾ
ഒൻപതു വാതിൽ തുറക്കും

ഒരു വിത്ത് വിതച്ചാൽ
പല വിത്ത് വിളയാ.

ഒരു വെടിക്കു രണ്ടുപക്ഷി.

ഒരു വേനലിനു ഒരു മഴ

---

67 ആശാന്റെ (പാ.ഭേ.)
68 ക്ഷുരകൻ

ഒരുറക്കുകൊണ്ട് നേരം വെളുക്കില്ല.

ഒരൂരിലെ ഭാഷ ഒരൂരിലെ തെറി.

ഒരേറ്റത്തിന് ഒരിറക്കം

ഒഴുകുന്ന തോണിക്കു ഒരുന്ത്.

ഒഴുക്കു നീറ്റിൽ അഴുക്കില്ല.

ഓടുന്ന പട്ടിക്കു ഒരു മുഴം മുമ്പേ.

ഓട്ടക്കാരന് ചാട്ടം പറ്റില്ല.

ഓണമടുത്ത ചാലിയനെപ്പോലെ

ഓണം വന്നാലും ഉണ്ണിപിറന്നാലും
കോരനു കുമ്പിളിൽത്തന്നെ കഞ്ഞി.

ഓതാൻ പോയിറ്റ് ഉള്ള പുത്തീം[69]പോയി.

ഓതിക്കോൻ[70]പറയുന്നതെല്ലാം ഓത്തല്ല.

ഓത്തില്ലാത്തോൻ ഭൂസുരനല്ല,
പോത്തില്ലാത്തോൻ കർഷകനല്ല.

ഓമനിച്ച കൈകൊണ്ടോ
ഉദക ക്രിയ ചെയ്യണ്ട്?

ഓലക്കടി[71]എടുത്തോനും

വാളെടുത്തോനും വിറപ്പിക്ക്ന്ന്.

ഓലേലായാൽ ശീലേലായി.

കക്കാൻ പഠിച്ചാൽ ഞേലാൻ[72]പഠിക്കണം.[73]

കടച്ചി[74]ചത്തിറ്റും മോരിന്റെ പുളി മാറീല്ല.

കടച്ചിച്ചാണം വളത്തിനാകാ.

കടന്തൽക്കൂട്ടിൽ[75]കല്ലിട്ടപോലെ.

കടം അപകടം സ്നേഹത്തിന്നു വികടം

കടക്കൽ നനച്ചേ തലയ്ക്കൽ പൊടിക്കൂ.

കടലും കടലാടിയും പോലെ.

---

69 ബുദ്ധിയും

70 ഓതിക്കൻ (വേദം പഠിപ്പിക്കുന്നവൻ)

71 തെങ്ങിന്റെ ഉണങ്ങിയ ഓല

72 തൂങ്ങുവാൻ (തൂങ്ങിപ്പിടിച്ചു രക്ഷപ്പെടാൻ)

73 കക്കാൻ പഠിച്ചാപ്പോര, ഞേലാനും പഠിക്കണം

74 കന്നുകുട്ടി

75 കടന്നൽക്കൂടിൽ

കടിച്ചത് കരിമ്പ്, പിടിച്ചത് പുളി.

കടിച്ച പട്ടിയെ കിട്ടീല്ലെങ്കിൽ
കിട്ടിയെ പട്ടിയെ തല്ലുക.

കടു[76]പോന്നേട മടച്ച്
ആന പോന്നേടം തുറന്നാലോ?

കട്ടത് ചുട്ടുപോകും

കട്ടി കൂട്ട്യാ കമ്പയും ചെല്ലും.

കട്ടിലു കണ്ട് പനിക്കണ്ട.

കട്ടില് ചെറുതെങ്കിലും
കാല് നാലുതന്നെ വേണം.

കട്ടു തിന്നുന്നവനും
ചുട്ടുതിന്നുന്നവും അടങ്ങില്ല.

കണ്ടതു പറയുന്നവന് കഞ്ഞിയില്ല.

കണ്ടതെല്ലാം കൊണ്ടാൽ
കൊണ്ടതെല്ലാം കടം.

കണ്ടത്തിലെ പണിക്ക് വരമ്പത്ത് കൂലി.

കണ്ടൻ തടിക്ക് മുണ്ടൻ വടി.

കണ്ടം[77]കൊണ്ടവനേ പിണ്ഡം വയ്ക്കൂ.

കണ്ടാലറിയാത്തോൻ കൊണ്ടാലറിയും.

കണ്ടാൽ നല്ലതു തിന്മാനാകാ.

കണ്ടുനിറഞ്ഞവനോട് കടംകൊള്ളണം.

കണികളേറിയാൽ തുള്ളലാകാ.

കണിയാൻ പല്ലക്കേറിയാൽ
കാണുന്നവരെ തൊഴാൻ താഴെയിറങ്ങും.

കണിയാനെ പിടിച്ച് തെങ്ങിന്മേൽ കേറ്ററുത്.

കണ്ണടച്ചാൽ ഇരുട്ടാവോ?

കണ്ണാമ്പാള കെട്ടിയ മലയനെപ്പോലെ.

കണ്ണുപോയാലേ കണ്ണിന്റെ വിലയറിയൂ.

കണ്ണുള്ളപ്പോൾ കാണണം
പല്ലുള്ളപ്പോൾ തിന്നണം.

---

76 കടുക്

77 വയൽ, കൃഷിയിടം

കണ്ണെത്തുന്നിടത്ത് കയ്യെത്തുകയില്ല.

കതിരിൽ വളംവെച്ചിറ്റു കാര്യമില്ല.

കത്തുന്നതീയിൽ എണ്ണ ഒഴിക്കരുത്.

കത്തുന്ന പെരേന്ന് വലിച്ചത് ലാഭം.

കഥയറിയാതെ ആട്ടം കണ്ടിട്ടെന്താ കാര്യം?

കന്നിട്ട[78]വയറ്റിൽ കുന്നിട്ടാലും തീരാ.

കന്നിവെയില് പാറപൊളിക്കും.

കന്നുചെന്നാൽ കന്നിന്റെ കൂട്ടിലേ കൂടൂ.

കയ്യാലപ്പുറത്തെ തേങ്ങപോലെ.

കയ്യിൽപ്പുണ്ണിനി കണ്ണാടി വേണ്ട

കയ്യൂക്കുള്ളവൻ കാര്യക്കാരൻ

കരണം പിഴച്ചാൽ മരണം ഭവിക്കും.

കരയാത്ത കുഞ്ഞിനെ
തീട്ടത്തിൽ കിടത്താറുണ്ടോ?

കരയുന്ന കുഞ്ഞിക്ക്[79]പൊള്ളുന്ന പിട്ട്.

കരയുന്ന കുഞ്ഞിനേ പാലുള്ളൂ.

കരിമ്പടത്തിൽ കറ പറ്റുകയില്ല.

കരിമ്പിനി കമ്പ് ദോഷം.

കലത്ത്ന്ന്[80]പോയാൽ കഞ്ഞിക്കലത്തിൽ.

കലം രണ്ടായാൽ കുലവും രണ്ടുതന്നെ.

കല്പന കല്ലേ പിളർക്കും.

കല്ലാടും വീട്ടിൽ[81]നെല്ലാടുകയില്ല.

കഷണ്ടിക്കും കുശുമ്പിനും മരുന്നില്ല.

കളവും നേരും കളത്തിൽ തിരിയും.

കളിച്ചു നേടിയത് കളഞ്ഞുകുളിക്കും.

കള്ളനു ചൂട്ടു പിടിക്കരുത്.

കള്ളനി താക്കോൽ കൊടുത്താൽ കള്ളനും കക്കൂല.

---

78 പ്രസവിച്ച

79 കുഞ്ഞിനു

80 കലത്തിൽ നിന്നു

81 കല്ലാടും മുറ്റത്ത് (പാ.ഭേ.)

കള്ളനെ വിരട്ടാൻ പിള്ളമതി.

കള്ളർക്കായിരം പിള്ളർക്കായിരം
ഉടയോനു പന്തീരായിരം.

കള്ളിക്കു വേലി വേണ്ട,
ചുള്ളിക്കു കോടാലി വേണ്ട.

കഴുത മക്കത്തുപോയാൽ ഹാജിയാകുമോ?

കറന്ന പാലിൽ കളങ്കമില്ല.

കറ്റയും തലയിൽവെച്ച്
കളം ചെത്താറുണ്ടോ?

കാക്ക കൊണ്ടറിയും,
കൊക്ക് കൊണ്ടേ അറിയൂ.

കാക്ക കരഞ്ഞാൽ കന്നാലിചാകില്ല.

കാക്ക കുളിച്ചാൽ കൊക്കാകാ.

കാക്കക്കും തൻകുഞ്ഞ് പൊൻ കുഞ്ഞ്.

കാക്കേരെ വായിലേ[82] അട്ട ചാവൂ

കാഞ്ഞരങ്ങാട്ടു തൊവ്വുന്തോറും
മനോവ്യാധി കൂടിക്കൂടി.

കാഞ്ഞോട്ടിൽ വെള്ളം ഒഴിക്കരുത്.

കാടിയായാലും മൂടിക്കുടിക്കണം.

കാട്ടിലെ മരം തേവരെ ആന
വലിയെടാ വലി.

കാട്ടുകോഴിക്കുണ്ടോ ശനിയും ചക്രാന്തിയും.[83]

കാട്ടുപോത്തിനെന്ത് ശനിയും ശങ്രാന്തിയും.

കാണാത്ത ഉറുമ്പ് കണ്ണിനു മരുന്ന്.

കാണം വിറ്റും ഓണം ഉണ്ണണം.

കാതം നടന്നാൽ പാദം മടക്കണം.

കാതു കുത്തിയാൽ കാപ്പുലയൻ,
അരങ്ങാറ്റ്[84]കഴിച്ചാൽ അരപ്പുലയൻ.

കാമത്തിനു കണ്ണില്ല.

---

82 കാക്കയുടെ വായയിൽ മാത്രമേ

83 സംക്രമവും

84 വടക്കൻ കേരളത്തിലെ പുലയസമുദായത്തിലെ ആൺകുട്ടികളെ തൊഴിലിനിറക്കുന്ന അനുഷ്ഠാന കർമം (അരങ്ങേറ്റം).

കായുള്ള മരത്തിനേ കല്ലെറിയൂ.[85]

കാരണവർക്ക് പനിച്ചാലും മോരുകൂട്ടാം.

കാര മുരട്ടിൽ ചീര മുളയ്ക്കില്ല.

കാലത്തിനൊത്ത് കോലം കെട്ടണം.

കാലത്തു വിതച്ചേ കതിരു നിറയൂ.

കാലിക്കു കൊടുക്കുന്നത് വേലിക്കു കൊടുക്കണം.

കാലിയാച്ചെക്കന്റച്ഛനപ്പറഞ്ഞാ
കോലത്തമ്പുരാന്റച്ഛനുകേൾക്കാം.

കാലിൽ ചുറ്റിയത് കടിക്കാതെ പോവില്ല.

കാലം പോലെ കോലം.[86]

കാള വാല് പൊന്തിക്കുന്നത്
ഒന്നുകിൽ ചാണിടാൻ
അല്ലെങ്കിൽ മൂത്രൊയിക്കാൻ.

കാള വാല് പൊക്കുമ്പോ അറിയാം
മുള്ളാനോ തൂറാനോ എന്ന്

കാൽ ചക്രത്തിന്റെ ചട്ടിയൊന്ന് പൊട്ടിയാലും
പട്ടിയുടെ സ്വഭാവം മനസിലായി.

കാൽപ്പണത്തിന്റെ പൂച്ച
മുക്കാപ്പണത്തിന്റെ പാലു കുടിച്ചാലോ?

കാറ്ററിഞ്ഞു തൂറ്റണം.[87]

കാറ്ററിയാതെ തുപ്പിയാൽ
ഊക്കറിയാതെ കിട്ടും.

കാറ്റു നന്നെങ്കിൽ കല്ലും പറക്കും.

കിട്ടാത്ത പൊന്നിനി കുറ്റം പലത്.

കിട്ടേണ്ടത് കിട്ട്യാ കിടന്നൊറങ്ങും

കിണറിൽ നിന്നെടുത്ത് കുളത്തിലിട്ടു.

കിണറ്റിലെ തവള കുടിച്ചു കിടക്ക്ണോ
കുടിക്കാതെ കിടക്ക്ണോ.

കീരിയും പാമ്പുംപോലെ.

ക്ഷണിക്കാതെ വന്നാൽ ഉണ്ണാതെപോകാം.

---

85 കായ്ച്ച മരത്തിലേ കല്ലെറിയൂ.

86 കാലത്തിനൊത്തു കോലം കെട്ടണം (പാ.ഭേ.)

87 കാറ്റുള്ളപ്പോൾ തൂറ്റണം (പാ.ഭേ.)

ക്ഷേത്രപാലന് പാത്രത്തിൽ.

കുങ്കുമത്തിന്റെ സുഗന്ധം കഴുതയ്ക്കറിയില്ല.

കുടം കമിഴ്ത്തി വെള്ളമൊഴിച്ചിട്ടെന്താകാര്യം?

കുടയ്ക്ക് അടങ്ങിയ വടി

കുടുമയ്ക്കു മീതെ മർമ്മില്ല

കുട്ടിക്കുരങ്ങിനെക്കൊണ്ട് തീക്കട്ടവാരിക്കരുത്.

കുണ്ടില് വീണാലും ഞമ്മേന്റെ കാല് മീതെ.

കുത്താൻ വരുന്ന പോത്തിനോട്

വേദമോതിയിട്ടെന്താകാര്യം?

കുന്തം പോയാൽ കുടത്തിലും തപ്പണം.

കുപ്പ കിളച്ചിട്ടെന്തിനാ ഓട് കാണിക്കുന്നത്?

കുംഭത്തില് മഴ പെയ്താൽ
കുപ്പേലും ചോറാണ്.

കുയ്യാന[88]പായുന്തോറും വയ്യോട്ട്.[89]

കുരയ്ക്കും പട്ടി കടിക്കില്ല.

കുരങ്ങു ചത്ത കുറവനെപ്പോലെ.

കുരിക്കൾ വീണാൽ അഭ്യാസം.

കുരുടൻ ആനയെക്കണ്ടതുപോലെ.

കുരു വറുത്ത ഓടല്ല,
ചക്ക പുഴുങ്ങിയ കലമാണ്.

കുലയ്ക്കടിച്ചാൽ കുലയേവാടും.

കുലയറ്റാൽ മടലിൽ തങ്ങാ

കുലം വിട്ടാൽ സുഖം വേണം.

കുശവനുടച്ച കലത്തിനു വിലയില്ല.

കുളത്തിൽ നിന്നെടുത്ത് കിണറ്റിലിട്ടു.

കുളിച്ച കടവ് മറക്കരുത്.

കുളിച്ചാൽ പോകുമോ കോങ്കണ്ണ്.

കുളിച്ചാലും പന്നി ചേറ്റിൽ.

കുളിപ്പിച്ച് കുളിപ്പിച്ച് കുഞ്ഞില്ലാതായി.

---

88 കുഴിയാന

89 പിറകോട്ട്

കുളിയൻ കുഞ്ഞിനെ പോറ്റുംപോലെ.

കുറവൻ ചുമച്ചപോലെ.

കുറുക്കൻ ചെന്നെടത്തെല്ലാം കൂക്കലും വിളിയും.

കുറുക്കൻ വെള്ളരിയിൽ കേറിയപോലെ.

കുറുന്തോട്ടിക്കും വാതം പിടിച്ചുവോ?

കൂട്ടത്തിൽ കൂടിയാൽ കൂക്കിരി വമ്പൻ.

കൂനൻ മദിച്ചാൽ ഗോപുരം കുത്തുമോ?

കൂലോം പോകുമ്പം ദൈവം താനേ പോയ്ക്കോളും.

കൂവത്തേക്കാൾ കുത്തുകൂലി.

കൂറ[90]കപ്പലിൽ പോയപോലെ.

കെട്ടിയ മരത്തിനു കുത്തരുത്.

കെട്ടിലമ്മ തുള്ളിയാൽ കൊട്ടിലമ്പലം.

കെളവി പോയാൽ പടിവരെ.

കേട്ടയും മൂട്ടയും വീട്ടിലാകാ.

കേതുവിനു ഹേതുവേണ്ടാ.

കൈച്ചിട്ടിറക്കീം കൂടാ
മധുരിച്ചിറ്റ് തുപ്പീം കൂടാ.

കൈനനയാതെ മീൻപിടിക്കാമോ?

കൈയാടിയാലേ വായാടൂ.

കൈയിൽനിന്നു വീണാലെടുക്കാം
വായിൽനിന്നു വീണാലെടുത്തൂകൂടാ.[91]

കൈലാസം നന്നാവാൻ
ആരെങ്കിലും ശിവരാത്രി നോൽക്കാറുണ്ടോ?

കൊക്കിലടങ്ങുന്നതേ കൊത്താവൂ.

കൊച്ചികണ്ടവനച്ചിവേണ്ട,
കൊല്ലം കണ്ടവനില്ലം വേണ്ട,
അമ്പലപ്പുഴ വേല കണ്ടവന് അമ്മയും വേണ്ട.

കൊച്ചീന്ന് കൊയിലാണ്ടിക്ക്.

കൊഞ്ഞനം[92]കാട്ടാനും ചെറുപ്പത്തിലേ പഠിക്കണം.

---

90 പാറ്റ

91 കൈമ്മന്ന് വീണാ എടുക്കാം; വായീന്നു വീണാലോ?(പാ. ഭേ.)

92 മുഖം ചുളിച്ചുകാട്ടി പരിഹസിക്കുക.

കൊടുക്കുന്ന കൈക്കേ കൊത്തുള്ളു.

കൊടുത്തത് വിളിച്ചു പറയരുത്.

കൊടുത്താൽ കൊല്ലത്തെങ്കിലും കിട്ടും.

കൊണം[93]വേണോ പണം വേണം.

കൊതിച്ചു കാണണം വിശന്നുണ്ണണം.

കൊതിയൻ ഇലയ്ക്കു പോയി,
എനിക്ക് നിലത്ത് തന്നേര്.

കൊന്ന പൂക്കുമ്പോളുറങ്ങിയാൽ
മരുതു പൂക്കുമ്പം പട്ടിണി.

കൊന്നാൽ പാപം തിന്നാൽ തീരും.

കൊമ്പൻ[94]പോയതുതന്നെ മൂടയ്ക്കും[95]വഴി.

കൊല്ലുന്ന രാജാവിനു തിന്നുന്ന മന്ത്രി.

കോട്ടയിലുപദേശം അങ്ങാടീൽ പാട്ട്.

കോരി വിതച്ചാലും വിധിച്ചതേ വിളയൂ.

കോലൊടിഞ്ഞാലും അണ്ണാനെ പിടിക്കണം.

കോളി കേറിയ മരംപോലെ.

കോളില്ലാത്ത കായലിൽ
അമരക്കാരനെന്തിനാ?

കോഴികട്ടവന്റെ തലയിലേ പൂടകാണൂ.

ഗതികെട്ടാൽ പുലി പുല്ലും തിന്നും.

ഗുരുവായൂരപ്പന വിളിക്കും വേണം
കുറുന്തോട്ടി പറിക്കും വേണം.

ഗ്രഹണ സമയത്ത് ഞാഞ്ഞൂളും തലപൊക്കും.[96]

ചക്ക തിന്നാൽ ചുക്കു തിന്നണം.

ചക്ക തിന്നുന്തോറും പ്ലാവ് വെപ്പാൻ തോന്നും.

ചക്ക പുല്ലിൽ കൊത്തിയപോലെ.

ചക്കയോളം ചോദിച്ചാലേ ചുക്കോളം കിട്ടൂ.[97]

ചക്കരെകണ്ട മുക്കുവന്റെ കൂട്ട്.

---

93 ഗുണം (അനുഗ്രഹം)

94 കൊമ്പനാന

95 പിടിയാന എന്ന് ഇവിടെ വിവക്ഷ.

96 ഞാഞ്ഞൂളിനും വിഷമുണ്ട് (പാ.ഭേ)

97 ചക്യോളം ചോയിച്ചാ ചുക്കോളം കിട്ടും (പാ.ഭേ)

ചക്കരയ്ക്കുണ്ടോ അകവും പുറവും.

ചക്കരക്കുടത്തിൽ കൈയിട്ടാൽ
നക്കാത്തവരുണ്ടോ?

ചക്കിനി വെച്ചതു കൊക്കിനി കൊണ്ടു.

ചങ്ങലവട്ടയും തുടവുംപോലെ.

ചങ്ങാതി നന്നായാൽ കണ്ണാടി വേണ്ടാ.

ചട്ടിമെന്ത് സ്വാദറിഞ്ഞു.

ചതയം ചതിക്കൂല.

ചത്ത കുഞ്ഞിന്റെ ജാതകം നോക്കാറുണ്ടോ?

ചത്തുകിടക്കിലും ഒത്തുകിടക്കണം.

ചത്തുകിടന്നാലും ചമഞ്ഞു കിടക്കണം.

ചമ്പ്[98]കണ്ട പറയന്റെ കൂട്ട്.

ചരത[99]മില്ലാത്തവൻ പരതി നടക്കും.

ചവിട്ടിയാൽ കടിക്കാത്ത പാമ്പില്ല.

ചളിയിൽ കുത്തിയ നാട്ട[100]പോലെ.

ചാകര കണ്ട മുക്കുവന്റെ കൂട്ട്.

ചാഞ്ഞതെല്ലാം തളേലിടുവോ
കോന്നായത്[101]പറിക്കാൻ.

ചാഞ്ഞമതിൽ ചതിക്കും.

ചാണം[102]ചവിട്ടിയാൽ തൈരു കൂട്ടാം.

ചാണം ചാരിയാ ചാണം മണക്കും
ചന്ദനം ചാരിയാ ചന്ദനം മണക്കും.

ചാത്തം കഴിഞ്ഞിട്ടോ പഞ്ചാര വിളമ്പേണ്ടത്?

ചാമണ്ടി[103]കെട്ട്യോന്റെ[104]സാമർഥ്യം.

98 ചത്തകാള
99 സൂക്ഷ്മം
100 വടി
101 ഇളം കായയായത്
102 ചാണകം
103 ചാമുണ്ഡി (തെയ്യം)
104 കെട്ടിയവന്റെ

ചാമണ്ടീരെ[105]വിരലുപോലെ.

ചിങ്ങം ഞാറ്റിൽ[106]ചിനിങ്ങിച്ചിനിങ്ങി (മഴ)

ചിരട്ടയിൽ വെള്ളം എറുമ്പിനു സമുദ്രം.

ചിറയ്ക്കൽ തൊഴുതാൽ പരക്ക തൊവ്വണ്ട.

ചിറ മുറിഞ്ഞശേഷം അണകെട്ടീറ്റെന്തു കാര്യം?

ചീഞ്ഞ ചോറിനു ഒടിഞ്ഞ ചട്ടം.

ചീത്ത വേഗം വളരും.

ചുക്കാനില്ലാത്ത തോണിപോലെ.

ചുക്കില്ലാത്ത കഷായമില്ല.

ചുണ്ടങ്ങ കൊടുത്തിറ്റ്
വൈനിങ്ങ[107]വാങ്ങേണ്ട.

ചുണ്ടങ്ങയ്ക്ക് കാപ്പണം,
ചുമട്ടുകൂലി മുക്കാപ്പണം.

ചുണ്ടിൽ പിടിച്ചത് പുല്ലിൽപ്പോകും.

ചുമരിനും ചെവിയുണ്ട്.

ചുമരുണ്ടെങ്കിലേ ചിത്രമുള്ളൂ.

ചുമരും ചാരിനിന്നവൻ
പെണ്ണിനീം കൊണ്ടുപോയി.

ചുമലിലിരുന്ന് ചെവി കരളരുത്.

ചൂട്ട കണ്ട മുയലു പോലെ.

ചെക്കന[108]പ്പോലെ നയിച്ചാൽ
അച്ഛനെപ്പോലെ തിന്നാം.

ചെങ്ങലാട്ട പോയെടത്തെല്ലാം തുടവുംപോവും.

ചെമ്പിലമ്പേങ്ങ പൂങ്ങിയിട്ടും
നാട്ടിൽത്തന്നെയിരിക്കണം.

ചെമ്മീൻ തുള്ളിയാ മുട്ടോളം,
പിന്നീം തുള്ള്യാ ചട്ടീല്.

---

105 ചാമുണ്ഡിയുടെ

106 മാസത്തിൽ

107 വഴുതനങ്ങ

108 ചെറുക്കനെ

ചെറുതു കുറുതു പണിക്കു വിരുതൻ[109]

ചെറുവിരൽ കണ്ണിൽക്കൊണ്ടതുപോലെ.

ചേരേന തിന്നുന്ന നാട്ടിലെത്തിയാൽ
നടുക്കണ്ടം തിന്നണം.

ചേരേനപ്പെറ്റാലും മുറം കൊണ്ട് പൊത്തും.

ചൊട്ടയിലെ ശീലം ചുടലവരെ.

ചോതിപിറന്നാൽ ചോയിക്കേ[110]വേണ്ട.

ചോതി വർഷിച്ചാൽ ചോറിനു പഞ്ഞമില്ല.

ചോറെത്തുന്നിടത്ത് കൊട്ടയുമെത്തും.

ജാതിക്കു ജാതി പക.

ഞാൻ പിടിച്ച മുയലിന് മൂന്ന് കൊമ്പ്[111]

ഞാറുറച്ചാൽ ചോറുറച്ചു.

ഞാറ്റിൽ പിഴച്ചാൽ ചോറ്റിൽ പിഴയ്ക്കും.

ഞെട്ടറ്റാൽ മൂട്ടിൽ.

ഞെളിഞ്ഞ വഴക്കിനേക്കാൾ
കിഴിഞ്ഞ സന്ധി നല്ലത്.

തകൃതി വായിലും തവിടു വയറ്റിലും.

തട്ടാൻ തൊട്ടാലെട്ടാലൊന്ന്.

തട്ടാൻ പൊന്നിലേമുട്ടുള്ളൂ; കുടത്തിന്മേൽ മുട്ടൂല്ല.

തട്ടിപ്പറിച്ചാൽ പൊട്ടിത്തെറിക്കും.

തന്നത്താനറിഞ്ഞില്ലെങ്കിൽ
പിന്നെത്താനറിയും.

തന്നിൽച്ചെറുത് തനിക്കെര.

തന്നിഷ്ടം പൊന്നിഷ്ടം
ആരാന്റിഷ്ടം വിമ്മിട്ടം.

തന്നെക്കെട്ടീറ്റു വേണം കൂളീനക്കെട്ടാൻ

തലമറന്നെണ്ണ തേക്കരുത്.

തലയിലെഴുത്ത് മായിച്ചാ മായില്ല.

---

109 കാളയുടെ ലക്ഷണമാണിത്

110 ചോദിക്കുകയേ വേണ്ടാ

111 താൻ പിടിച്ച മുയലിനു കൊമ്പ് രണ്ട് (പാ.ഭേ)

തലയ്ക്കുമീതെ വെള്ളം വന്നാൽ
അതുക്കു മീതെ തോണി.

തലയോടുള്ളന്നും ജലദോഷം മാറില്ല.

തല്ലും കുത്തും ചെണ്ടയ്ക്ക്
അപ്പോം ചോറും മാര്യാന്.

തവര നട്ടാൽ തുവരയുണ്ടാകുമോ?

തവിടു തിന്നാലും തകൃതി കളയരുത്[112]

തള്ള ചവിട്ടിയാൽ പിള്ളയ്ക്കു നോവില്ല.

താണ കണ്ടത്തിലെഴുന്ന വിള[113]

താണ നിലത്തിലേ നീരോടുകയുള്ളു.

താന്താന്റെ പല്ലിൽ കുത്തി
ആരാന്ന് നാറ്റിക്കാൻ കൊടുക്കുക.

താനൊട്ടു കിടക്കയുമില്ല
മറ്റൊരാൾക്കു പായകൊടുക്കയുമില്ല.

താൻ പാതി, ദൈവം പാതി.

താനുണ്ണാത്ത ദൈവം വരം കൊടുക്കുമോ?

താളാം ചപ്പില[114] യിലൊഴിച്ച വെള്ളം പോലെ.

താഴെ കൊയ്തവൻ ഏറെ ചുമക്കണം.

തിര നിന്നിട്ടു കടലുകുളിക്കാമോ[115]

തിരുവാതിരയ്ക്ക് തിരിമറിഞ്ഞൊഴുകണം.

തിരുവായ്ക്കെതിർവായില്ല.

തീട്ടം തിന്നുന്ന പട്ടിക്ക്
ഊളിന്റെ[116] മണമറിയില്ല.

തീയിൽ മുളച്ചതു വെയിലത്തു വാടുമോ?

തീയില്ലാതെ പുകയില്ല

തീയൻ മൂത്താൽ തെയ്യം

തുപ്പലിറക്കിയാൽ ദാഹം കെടുമോ?[117]

---

112 വിടരുത് (പാ.ഭേ)

113 താണനിലത്തിൽ എഴുന്നവിള (പാ.ഭേ)

114 താഴിന്റെ ഇല

115 കപ്പലിറക്കാമോ (പാ.ഭേ)

116 കീഴ്ശ്വാസം

117 തുപ്പലു കുടിച്ചാൽ ദാഹം മാറുമോ (പാ.ഭേ)

തുലാപ്പത്തു കഴിഞ്ഞാൽ
പിലാപ്പൊത്തിലും പാർക്കും.

തുള്ളി തുടച്ചേ തുടം കൊണ്ടളക്കാവൂ.

തൂവുന്നിടത്തേ വാരാൻ കിട്ടൂ.

തൂറാത്തോൻ തൂറുമ്പം തീട്ടം കൊണ്ടാറാട്ട്.

തൂറാൻ മുട്ടുമ്പം പാളപെരുത്തീറ്റ്[118]കാര്യമുണ്ടോ?

തൂറിയോന പേറ്യാ[119]പേറ്യോൻനാറും.

തെങ്ങിനും കവുങ്ങിനും ഒരേ തള പറ്റില്ല.

തെങ്ങിനും കവുങ്ങിനും കയറാൻ സമയമൊന്ന്.

തെങ്ങ് ചതിക്കൂല.

തെങ്ങുള്ള പറമ്പിലൂടെ തേങ്ങ കൊണ്ടുപോയ്ക്കൂടാ.

തേക്കാത്തെണ്ണ ധാര.

തേങ്ങ ചോരുന്നതറിയില്ല.
എള്ളു ചോരുന്നതറിയും.

തേങ്ങ പത്തരച്ചാലും താളല്ലേ കറി.

തേവരെതൊവ്വാം, പൂജാരിയെ തൊവ്വണോ?

തേവര് പ്രസാദിച്ചാലും പൂജാരി പ്രസാദിക്കില്ല.

തേടിയ വള്ളി കാലിൽ ചുറ്റി.

തൊണ്ടി[120]പാഞ്ഞാലും പാഞ്ഞാലും കടേക്കാലോളം

തൊണ്ണൂറ് ചാല് പൂട്ടി, വെണ്ണീരു കോരിയെറിഞ്ഞാൽ
ഒന്നുക്കായിരം വിള.

തോക്കിനുള്ളിൽക്കേറി വെടിവെക്കുന്നോ?

തോണികടന്നാ തുഴവേണ്ടാ.

തോണി മുങ്ങിയാൽ തോണീരെ പുറം.

തോറ്റം വൈകിയാൽ തെയ്യോം വൈകും.

ദാനം കിട്ടിയ പശുവിന്റെ പല്ലു പിടിച്ചു നോക്കണോ?

ദൂരത്തെ വഴിക്കു നേരത്തേ പോകണം.

ധർമം കിട്ടീല്ലെങ്കിലും നായി കടിക്കാതിരുന്നാമതി.

നഞ്ചും നായാട്ടും നന്നല്ല.

---

118 അന്വേഷിച്ചിട്ട്

119 പേറിയാൽ (വഹിച്ചാൽ)

120 വൃദ്ധ

നഞ്ചെന്തിനു നാനാഴി?

നട്ടുനനയ്ക്കയും നനച്ചു പറിക്കയും.

നത്തു കരഞ്ഞാൽ ഒത്തു കരയും.

നരി നരച്ചാലും കടിക്കും.

നല്ല എരുതിനി വടി ഒന്നു മതി.

നല്ലതു വിൽക്കാൻ നാവു വേണ്ട

നല്ല മരുന്ന് കൈയ്ക്കും.

നവര നട്ടാൽ തുവര ഉണ്ടാകുമോ?

നാക്കിനു നാണമില്ലെങ്കിൽ വയറ്റിനു ഭാഗ്യം.

നാക്കു ചക്കര, കയ്യ് കൊക്കര.

നാക്കു നന്നെങ്കിൽ നാടടക്കാം.

നാക്കുള്ളവനു നാട്ടേപ്പാതി.

നാടുമറന്നാലും മൂട് മറക്കരുത്.

നാടോടുമ്പോൾ നടുവെ ഓടണം[121]

നാണം കെട്ടവനേ കോലം കെട്ടിക്കൂടൂ.

നാണം കെട്ടവനേ പൂതം കെട്ടൂ.

നായ്ക്കു സമുദ്രത്തിലെത്തിയാലും നക്കിക്കുടി.

നായ് നടന്നാൽ പ്രയോജനമില്ല,
നായ്ക്കിരിക്കാൻ നേരോമില്ല.

നായ നാലു പെറ്റാലും

നരി ഒന്നു പെറ്റാൽ പോരേ?

നായരു വെച്ച നിലയും നാവുതിയൻ വെച്ച കുടുമയും.

നായാട്ടു നായ്ക്കൾ കടി കൂടിയാൽ
പന്നി കുന്നുകേറും.

നായാട്ടു മുറുകുമ്പോൾ നായ്ക്ക് മുള്ളാൻ മുട്ടും.

നായിക്കോലം കെട്ട്യാപ്പോര, കുരയ്ക്കണം.

നായിപ്പുണ്ണിനു വെണ്ണീര്.

നായീന[122]കാണുമ്പം കല്ല് കാണൂല,
കല്ലു കാണുമ്പം നായീന കാണൂല്ല.

---

121 നാടോടെ പായുമ്പം നടുവേ.(പാ.ഭേ.)

122 നായയെ

നായീന തച്ചാൽ വെണ്ണീരു പാറും.

നായീന പുല്ലിനി കെട്ട്യാൽ അതൊട്ട് പുല്ല് തിന്നൂല്ല, മറ്റൊന്നിന തിന്നാൻ അനുവദിക്കുകയില്ല.

നായോടു പറയുമ്പം നായുടെ വാലോട്.

നാരകം നട്ടെടം കൂവളം കെട്ടെടം
നാരികയർത്തെടം നാഥനില്ലാത്തെടം.

നാലച്ചിയുള്ള നായർക്ക് നടുമുറ്റം ആധാരം.

നാലാളുുള്ളിടത്ത് ദൈവമുണ്ട്.

നാലാൾ കൂടിപ്പോയാൽ നാടും കൊണ്ടു പോരാം.

നാലാൾ പറഞ്ഞാൽ നാടും വഴങ്ങണം.

നാളു ചെയ്യും ഫലം ആളു ചെയ്യില്ല.

നാഴിയിൽ നാനാഴി കൊള്ളില്ല.

നാറ്റാൻ[123]കൊടുത്താൽ നക്കരുത്.

നിത്യാഭ്യാസി ആനയെയെടുക്കും.

നിലക്കു നിന്നാൽ മലയ്ക്കുസമം.

നിലമറിഞ്ഞു വിത്ത് വിതയ്ക്കണം.

നിവേദ്യച്ചോറിനു ഉപ്പുവേണ്ടാ.

നിറകുടം തുളുമ്പില്ല.

നീർക്കോലി കടിച്ചാൽ അത്താഴം മുടങ്ങും.

നീർ നിന്നേടത്തോളം ചേർകെട്ടും.

നീറ്റിലെ മീൻചത്താൽ
കാട്ടിലെ മാന് എന്തായില്ല.

നൂറുപറ നെല്ലിൽ ഒരു പറ പതിര്
കിടന്നാൽ അറിയില്ല.

നൂറ്റെടുത്തോളം നൂല്, ബാക്കി പരുത്തി.

നെയ്യപ്പം തിന്നാൽ രണ്ടുണ്ട് കാര്യം
വായും മിനുങ്ങും വയറും നിറയും.

നെയ്യ് വിറ്റ് കള്ള് കുടിക്കരുത്.

നെല്ലരികൊടുത്തിറ്റ് പുല്ലരി കിട്ടി.

നെല്ലും പതിരും തിരിച്ചറിയണം.

---

123 മണപ്പിക്കുവാൻ

നേരു പറഞ്ഞാ നേരേപോകാം.

പഞ്ചപാണ്ഡവന്മാർ കട്ടിൽക്കാലുപോലെ മൂന്ന്.

പട പേടിച്ച് പന്തളത്തുപോകുമ്പം
അവിടെ പന്തം കൊളുത്തിപ്പട.

പടയിലുണ്ടോ കുടയും വടിയും.

പടിച്ച നാവ് അടക്കിവെക്കാനാവില്ല.

പടു മുളയ്ക്ക് വളംവേണ്ട.

പട്ടരിൽ പൊട്ടനില്ല.

പട്ടര് മൂക്കെ തൊട്ടതുപോലെ

പട്ടരെ കാര്യം കട്ടി.

പട്ടരെ ചാത്തം പതിറ്റടിക്ക്.

പട്ടിയൊട്ട് തിന്നുകയുമില്ല
പശൂനൊട്ട് കൊടുക്കയുമില്ല.

പഠിച്ചാലേ പണിക്കരാകൂ.[124]

പണ്ടു കഴിഞ്ഞതും പടയിൽ ചത്തതും[125]പറയണ്ട.

പണ്ടേച്ചൊല്ലിനു പഴുതില്ല.

പണത്തിനു മീതെ പരുന്തും പറക്കില്ല.

പണം കൊടുത്ത് കാളയെ വാങ്ങുമ്പം
പൊന്ന് കൊടുത്ത് ചെക്കനീം വാങ്ങണം.

പണമെന്നുകേട്ടാൽ
പിണവും വാ പൊളിക്കും.

പണിക്കർ വീണാൽ അഭ്യാസം.

പതമുള്ളേടത്ത് പാതാളം.

പത്തമ്മ ചമഞ്ഞാലും പെറ്റമ്മയാവില്ല.

പത്തായം പെറും, ചക്കി കുത്തും,
അമ്മ വെക്കും, ഞാനുണ്ണും.

പത്തിരട്ടിച്ച വാണിഭത്തേക്കാൾ
വിത്തിരട്ടിച്ച കൃഷി നല്ലൂ.

പത്തു നെല്ലിന്റെ ഒപ്പരം[126]
ഒരു കാമത്തു കൂടി വെന്തുകൊള്ളും.

---

124 കുരിക്കളാകൂ(പാ.ഭേ.)

125 തൂറിയതും (പാ.ഭേ.)

126 ഒരുമിച്ചു; കൂടെ

പനിക്കു പട്ടിണി.

പന്തം കണ്ട പെരിച്ചാഴിയെപ്പോലെ.

പരക്ക പെയ്യുന്ന മഴയ്ക്ക് കുടപിടിക്കാനാവില്ല.

പരദേശിയുടെ സാക്ഷിപോലെ.

പരിഹാസം പാപകരം.

പലതുള്ളി പെരുവെള്ളം.

പലനാൾ കട്ടാൽ ഒരുനാൾ കുടുങ്ങും.

പലരും കൂടിയാൽ പാമ്പും ചാവില്ല.

പശു വാൽപൊക്കിയാലറിയാം
ചാണമിടാനോ മൂത്രമൊഴിക്കാനോയെന്ന്.

പള്ളിച്ചാന കണ്ടാൽ കാലു കടയും.

പള്ളിയിലെ കാര്യം അള്ളാനറിയാം.

പഴഞ്ചൊല്ലിൽ പതിരില്ല.

പഴുക്കാൻ മൂത്താൽ പറിക്കണം.

പഴുത്ത പ്ലാവില വീഴുമ്പം
പച്ച പ്ലാവില ചിരിക്കേണ്ട.

പഴുത്ത മാവില കൊണ്ടു പല്ലുതേച്ചാൽ
പുഴുത്ത വായും നാറൂല്ല.

പറഞ്ഞാൽ മറക്കണം
ഉണ്ടാൽ വിശക്കണം.

പറയുമ്പോളറിഞ്ഞില്ലെങ്കിൽ
ചൊറിയുമ്പോളറിയും.

പറിച്ചു നട്ടാലേ കരുത്ത് കൂടൂ.

പാടാൻ പറഞ്ഞാൽ പാട്ടിയും പാടില്ല.

പാമ്പിന്റെ കുഞ്ഞിന് പാല് കൊടുക്കരുത്.

പാമ്പു ചത്ത പാമ്പാട്ടിയുടെ കൂട്ട്.

പായുമുടുത്തു ചെല്ലുമ്പോൾ
പരമ്പുമുടുത്ത് വരുന്ന്.

പാരമ്പര്യം പാറിക്കടിക്കും.

പാലം കടക്കുവോളം നാരായണാ
പാലം കടന്നാലോ കോരായണാ.

പാലം കുലുങ്ങിയാലും കേളൻ കുലുങ്ങൂല.

പാറ കണ്ടാൽ കൈക്കോട്ട്[127]വെക്കണം.

പിള്ളകൊള്ളാൻ വന്ന അച്ചി ഇരട്ടപെറ്റു

പിള്ളപ്പണി തീപ്പണി തള്ളയ്ക്കു രണ്ടാംപണി.

പിള്ളരെ[128]പണി പുയ്പ്പണി.[129]

പീരക്ക ഉടച്ചപോലെ.

പുകഞ്ഞ കൊള്ളി പുറത്ത്.

പുഞ്ച പുറത്തിട്ടു വേലികെട്ടരുത്.

പുണ്ണിൽ കുത്തരുത്.

പുതുമാട് പുല്ല് പേറും

പുത്തൻ പെണ്ണ് പുരപ്പുറമടിക്കും[130]

പുല്ലുതച്ച നെല്ലുണക്കാൻ
പഴകിപ്പറഞ്ഞ പായ.

പുള്ളുവൻ പാടുന്നതേ വീണപാടൂ.

പുറത്തേക്കുള്ള വാക്കും
അകത്തേക്കുള്ള വെള്ളവും കുറയ്ക്കണം.

പൂച്ചക്കെന്ത് പൊന്നുരുക്കുന്നേടത്ത് കാര്യം?

പൂച്ച വീണാൽ നാലുകാലിൽ

പൂയ്യത്തിൽ നട്ടാൽ പുഴുക്കേട്.

പൂയ്യത്തിൽ മഴപെയ്താൽ പുല്ലും നെല്ല്.

പൂരക്കളിപ്പണിക്കരെ[131]ചോദ്യംപോലെ.

പൂരാടം പിറന്ന പുരുഷന് മകംപിറന്ന മങ്ക.

പൂരുരുട്ടാതി പിറന്ന പുരുഷന്റെ
ഊരയിട്ട പുറത്തെക്കൂടി പോയാ മതി.

പെങ്ങളെ മൂക്ക് മുറിഞ്ഞാലും

നാത്തൂന്റെ ശയനം മുടക്കണം.

പെൺമൂലം മുടിവിത്ത്

ആൺമൂലം സമ്പത്ത്.

---

127 മൺവെട്ടി

128 പിള്ളേരുടെ

129 പൊയ്പ്പണി (അബദ്ധമായ പണി)

130 പുത്തനച്ചി പുരപ്പുറം തൂക്കും. (പാ.ഭേ.)

131 പണിക്കരുടെ

പെണ്ണത്തം പൊന്നത്തം

പെണ്ണുകെട്ട്യാ കാലുകെട്ടി,
മക്ക പിറന്നാ തൊണ്ടകെട്ടി.

പെണ്ണൊരുമ്പെട്ടാൽ ബ്രഹ്മനും തടുക്കാനാവില്ല.

പെരുവഴിത്തൂവക്കു അരമില്ല.

പെറ്റതെല്ലാം മക്കളല്ല.

പേടിച്ചോനി[132]കാട്ടിൽ സ്ഥലമില്ല

പൊട്ടന ചട്ടൻ[133]ചതിച്ചാൽ
ചട്ടന ദൈവം ചതിക്കും

പൊട്ടിയ കണ്ണിനു ചികിത്സയില്ല.

പൊന്ത്[134]വെള്ളത്തിലിട്ടപോലെ

പൊന്നിൻ കുടത്തിനു പൊട്ടുവേണ്ട.

പൊന്നു കായ്ക്കുന്ന മരമായാലും
പുരയ്ക്കു ചാഞ്ഞാൽ മുറിക്കണം.

പൊന്നു വെക്കേണ്ടിടത്ത്
പൂവെങ്കിലും വെക്കേണ്ടേ?

പൊന്നുസൂചികൊണ്ടു കുത്തിയാലും കണ്ണുപൊട്ടും.

പോതികെട്ട്യോന്റെ[135]പോയത്തം[136]

ബദ്ധപ്പാട് വിനാശമുണ്ടാക്കും.

ബഗ്സ്[137]ഇല്ലാത്തോന് വറ്റില്ലാത്ത കഞ്ഞി.

ബലിക്കരിയുണ്ടെങ്കിൽ അമ്മ ചാവില്ല.

ഭജനം മൂത്താലൂരായ്മ.

ഭാരം ചുമക്കുന്ന കഴുതയ്ക്ക്
പിടുക്ക്[138]ഒരു ഭാരമല്ല.

ഭിക്ഷക്കാരന്റെ ചട്ടിയിൽ കയ്യിട്ടു വാരിയാലോ?

മകം പിറന്നമങ്ക

---

132 പേടിച്ചവനു

133 വികലാംഗൻ; മുടവൻ

134 പൊങ്ങ്. വെള്ളത്തിലിട്ടാൽ പൊങ്ങിക്കിടക്കുന്ന തേങ്ങ.

135 ഭഗവതിത്തെയ്യം കെട്ടിയവന്റെ

136 ഭോഷത്തം

137 ഭാഗ്യം

138 വൃഷണം

മകരത്തിൽ മരം കോച്ചും.

മക്കളെക്കണ്ടും മാമ്പൂ കണ്ടും കൊതിക്കരുത്.

മച്ചി[139]ക്കറിയാമോ ഈറ്റുനോവ്?

മഞ്ഞപ്പിത്തക്കാരനു കാണുന്നതെല്ലാം മഞ്ഞ.

മടി കുടി കെടുത്തും.

മടിയൻ മല ചുമക്കും.

മടിയിൽ കനമുണ്ടെങ്കിലേ വഴിയിൽ ഭയമുള്ളൂ.

മട്ടലായി മുച്ചനെ[140]പ്പോലെ

മഠത്തിലുണ്ണുന്നവൻ അരിവിലയറിയില്ല.

മണ്ണും ചാരിനിന്നവൻ
പെണ്ണിനീം കൊണ്ടുപോയി.

മണ്ണുതിന്നുന്ന പെരിച്ചായിക്കു
പിണ്ണാക്ക് കിട്ട്യാ പറയാനില്ല.

മണ്ണും പെണ്ണും നന്നാക്കിയാ നന്നാകും.

മനകെട്ടി മലയാളർ കെട്ടു.

മന്ത്രം പാട്ടായാൽ മണ്ണാൻ വെളിച്ചത്തായി.

മന്ത്രവാദിക്ക് ആദ്യവും വൈദ്യനു ഒടുക്കവും.

മനോരാജ്യത്തിൽ ആർക്കും രാജാവാകാം.

മരത്തരം കാണുമ്പോൾ
പണിത്തരംതോന്നും.

മരത്തിനു കായ കനാണോ?

മരത്തിനു വേർബലം, മനുഷ്യനു ബന്ധു ബലം.

മരം നോക്കി കൊടിവെക്കണം.

മരുന്നിനു ബലം അരവ്
മന്ത്രത്തിനു ബലം ഉരു.

മരുന്നും വിരുന്നും
മൂന്നുനേരം കഴിഞ്ഞാൽ മടുക്കും.

മലയപ്പുരപ്പടി പൊന്നായാലും
എരപ്പച്ചം വിടില്ല.

മലയിളകി വീഴുന്നാൾ മൺകട്ട തടുക്കുമോ?

---

139 വന്ധ്യ

140 കുരങ്ങിനെ

മഴനിന്നാലും മരം പെയ്യും.

മഴയൊന്നുപെയ്താൽ മരമേഴ്പെയ്യും.

മാങ്ങയുള്ള മാവിനേ കല്ലേറിയൂ.

മാരയാൻ നിറുത്തുമ്പം മാക്രി തുടങ്ങും
മാക്രി നിറുത്തുമ്പം മാരയാൻ തുടങ്ങും.

മാര്യാന്റെ മോര് കൈമാറിയാൽ കൂട്ടാം.

മാളം കുത്തിയാൽ ചേരയും കടിക്കും.

മിണ്ടാപ്പൂച്ച കലമുടയ്ക്കും.

മിന്നുന്നതെല്ലാം പൊന്നല്ല.

മീനത്തിൽ മഴപെയ്താൽ മീനിനും ഇരയില്ല.

മീശനരച്ചാലും ആശ നരക്കില്ല.

മുഖത്തടിച്ചാലും വയറ്റിന്നടിക്കരുത്.

മുഖം നന്നല്ലാഞ്ഞിറ്റ്
കണ്ണാടി പൊളിച്ചാലോ?

മുച്ചിങ്ങം മഴയില്ലെങ്കിൽ
അച്ചിങ്ങം മഴയില്ല.

മുടിയെടുത്ത വണ്ണാനെപ്പോലെ.

മുണ്ടകൻ[141]നട്ടുമുങ്ങണം
വിരിപ്പ് നട്ടുണങ്ങണം.

മുത്തിനു മുങ്ങുന്നേരം
അളിയൻ പിടിക്കണം കയറ്.

മുൻ വിള പൊൻ വിള

മുരട്ടിൽ ചക്കയുണ്ടാകുമ്പോൾ
മോളിൽ കേറണോ?

മുലപ്പാലില്ലെങ്കിൽ കുലപ്പാല്

മുളയിലറിയാം വിള.[142]

മുള്ള്മ്മല് നിക്കും[143]പോലെ

മുള്ളെങ്കിലും മുറുക്കെ പിടിക്കണം

മുറിവൈദ്യൻ ആളെക്കൊല്ലും.

---

141 മുണ്ടോൻ (പാ.ഭേ.)

142 മുളയിലേ അറിയാം വിളയുടെ ഗുണം (പാ.ഭേ.)

143 നിൽക്കും

മുറ്റത്തെ മുല്ലയ്ക്കു മണമില്ല.

മൂക്കിനേക്കാൾ വലിയ മൂക്കുത്തി.

മൂക്കില്ലാത്ത നാട്ടിൽ മുറിമൂക്കൻ വമ്പൻ.[144]

മൂക്കു പിടിച്ചാൽ വായ തുറക്കും.

മൂട്ടയുണ്ടെങ്കിൽ നേട്ടമുണ്ടാകും.

മൂത്തോറെ[145]വാക്കും മുതുനെല്ലിക്കയും
ആദ്യം ചവർക്കും പിന്നെ മതൃക്കും.[146]

മൂന്നു പേരു പോയാൽ മൂഞ്ചിപ്പോരും.

മെല്ലെതിന്നാൽ മുള്ളും തിന്നാം.

മേലോട്ടെറിഞ്ഞാൽ കുത്തോട്ടി[147]വീഴും.

മൊയിലാർക്ക് ഉറുക്കു കെട്ടേണ്ട.

മോന്തായം വളഞ്ഞാൽ
അറുപത്തിനാലും വളയും.[148]

മോരും മുതിരയും വെച്ചതുപോലെ.

യമനറിയാതെ മരണമില്ല

രണ്ടുതെറ്റ് ചെയ്താൽ ഒരുശരിയാകയില്ല.

രണ്ടു പുറത്തും കൊട്ടിയാലേ ഒച്ചകേൾക്കൂ.

രാജാവിനെക്കാൾ വലിയ രാജഭക്തനാകരുത്.

രേവതി ഇരുന്നു തിന്നും.

രേവതി നാളിൽ അറുപതു ശീലം.

രോഗി ഇച്ഛിച്ചതും വൈദ്യൻ കൽപ്പിച്ചതും ഒന്ന്.

ലുബ്ധനു ഇരട്ടിച്ചെലവ്.

വടേശ്വരത്തെ കാക്കയെപ്പോലെ.

വടികുത്തിയും പടകാണണം.

വടികൊടുത്ത് അടി വാങ്ങരുത്.

വണ്ണാൻ വന്നാലും വന്നില്ലെങ്കിലും
തെയ്യം നിശ്ചയം.

വയനാട്ടിലെ മോര് വെറുതെയുമില്ല, വിലയ്ക്കുമില്ല.

---

144 മൂക്കില്ലാത്തരാജ്യത്ത് മുറിമൂക്കൻ രാജാവ് (പാ.ഭേ.)

145 പ്രായമായവരുടെ

146 മധുരിക്കും

147 കീഴ്പ്പോട്ടു

148 കവ് അറുപത്തെട്ടും വളയും (പാ.ഭേ.)

വരയിലടങ്ങിയത് കഴിച്ച്
പുരയിലടങ്ങി നിൽക്കണം.

വരുവാനുള്ളത് വഴിയിൽത്തങ്ങില്ല.

വലിയവന്റെ വലിപ്പം
എളിയവന്റെ ചന്തിയിലാണ്.

വലിയവെള്ളം വരുമെന്ന് കരുതി
വാതിൽക്കൽ തൂറാറുണ്ടോ?

വല്ലാത്ത മക്കളെക്കാളും
ഇല്ലാത്ത മക്കളാണ് നല്ലത്.

വള്ളിക്കു കായ ഭാരമാണോ?

വാക്കിൽ പിഴവും നെല്ലിൽപതിരും.

വാക്കെത്തിയോന്റെ വാളെത്തില്ല

വാ ചക്കര കൈ കൊക്കര

വാണിയന് കൊടുത്തില്ലെങ്കിൽ
വൈദ്യന് കൊടുക്കേണ്ടിവരും

വായ കീറിയോൻ ഇരയും കല്പിക്കും.

വായിക്കു തോന്നിയത് കോതയ്ക്കു പാട്ട്.

വായിൽ കയ്യിട്ടാൽ കടിക്കാത്തവരുണ്ടോ?

വാവറുതി ഗ്രഹണം, ഊണറുതി മരണം.

വാവ് വന്നു വാതിലു തുറന്നു,
നിറ വന്നു തിറം കൂടി,
പുത്തരി വന്നു പത്തരിവെച്ചു
ഓണം വന്നു ക്ഷീണം കൂടി.

വാളെടുത്തോരെല്ലാം വെളിച്ചപ്പാട്.

വാളെടുത്തോൻ വാളാൽ നശിക്കും.

വാഴയ്ക്കു നനച്ചാൽ ചീരയും നനയും.

വാഴ ചൂരിക്കു വീണാലും
ചൂരി വാഴയ്ക്കുവീണാലും വാഴയ്ക്കാ കേട്.

വിതച്ചതേ കൊയ്യൂ.

വിത്താഴം ചെന്നാൽ പത്തായം നിറയും.

വിത്തിനി വെച്ചതുപോലെ.

വിത്തുഗുണം പത്തുഗുണം.

വിദ്യയ്ക്കു ലജ്ജയില്ല.

വിദ്യാധനം സർവധനാൽ പ്രധാനം.

വിനാശകാലേ വിപരീത ബുദ്ധി

വിയർപ്പു കുടിച്ചാൽ ദാഹം മാറുമോ?

വില്ലൂന്നി കടിച്ചാൽ വില്ലുവളക്കാൻ സമയമില്ല.

വിശക്കുമ്പോളച്ചി പശുക്കയും തിന്നും.

വിശാഖം വിചാരം.

വിശേഷ ദിവസം അശേഷ പട്ടിണി

വിഷു കഴിഞ്ഞ കൊന്നപ്പൂവും
പൂരം കഴിഞ്ഞ പണിക്കർമാരും

വിഷുവിൽ പിന്നെ വേനലില്ല.

വിള പുറത്തിട്ട് വേലി കെട്ടരുത്.

വിളയും വിത്ത് മുളയിലറിയാം.

വീട്ടിൽ കടവും മൂട്ടിൽ ചിരങ്ങും.

വീട്ടിൽ ചോറുണ്ടെങ്കിലേ
വിരുന്നു ചോറുണ്ടാവുള്ളൂ.[149]

വീട്ടു പട്ടി വേട്ടയ്ക്കാകാ.

വീണ മുലയ്ക്കും കഷണ്ടിക്കും മരുന്നില്ല.

വീണാൽ ചിരിക്കാത്തവരുണ്ടോ?

വീണിടത്ത് കിടന്നുരുളരുത്.

വീശം കൊതിച്ച് കാണം കളഞ്ഞു.

വെച്ചചോറും ചത്തശവവും വെച്ചാനിക്കൂല.

വെച്ചുവെങ്കിൽ തിന്നാം, മൂട്ടിയെങ്കിൽ കായാം.

വെന്തതിന്റെ മീതെ വിറകു വാരിയിടുക.

വെല്ലത്തിനുണ്ടോ അകവും പുറവും.[150]

വെല്ലം തൊട്ടാൽ കൈ നക്കും.

വെല്ലം വെച്ചേടത്ത് ചോണനെത്തും.

വെളുക്കാൻ തേച്ചത് പാണ്ടായി.

വെള്ളത്തിലിട്ട ഉതളങ്ങപോലെ.

വെള്ളത്തിലെ തവള
വെള്ളം കുടിക്കുന്നതറിയില്ല.

വെള്ളത്തിൽ കിടക്കുന്ന തേളിന്റെ സ്വഭാവം

---

149 വീട്ടിലുള്ളവനേ വിരുന്നു ചോറുള്ളൂ (പാ.ഭേ.)

150 ശർക്കരക്ക് അകവും പുറവും ഭേദമുണ്ടോ? (പാഭേ.)

വെള്ളത്തിൽ പൂട്ടാനും കൂട്ടത്തിലാടാനും
ആർക്കാണ് അറിയാത്തത്?

വെള്ളത്തിൽ വര വരച്ചതുപോലെ.

വെള്ളം കണ്ട ആടിനെപ്പോലെ.

വെള്ളരിയിൽ കുറുക്കൻ കയറിയപോലെ.

വെറ്റിലയ്ക്കടങ്ങാത്ത അടക്കയില്ല.

വെറി മൂത്താൽ തെറി കാട്ടും.

വേടനു തേനിനു പഞ്ഞമോ?

വേണെങ്കിൽ ചക്ക വേറ്റിലും കായ്ക്കും.

വേലന്റെ ചോറ് കണിയുടെ നാക്കിൽ.

വേലി തന്നെ വിള തിന്നാൻ തുടങ്ങിയാലോ?

വേലും മഴയും കുറുക്കന്റെ കല്യാണം.

വേവോളം നിന്നാൽ
തണിയോളം[151]നിന്നൂടേ?

വൈദ്യനു വൈദ്യനെ കണ്ടു കൂടാ.

വൈദ്യന്റെ മക്കൾ[152]പൂത്തിട്ടേ[153]ചാവൂ.

ശഠനോട് ശാഠ്യമേ പറ്റൂ.

ശാസ്ത്രം നോക്കിയാൽ മൂത്രമൊഴിക്കാനൊക്കില്ല.

ശുദ്ധൻ ദുഷ്ടന്റെ ഫലം ചെയ്യും.

സമ്പത്തുകാലത്ത് തൈപത്തു വെച്ചാൽ
ആപത്തുകാലത്ത് കാപത്ത് തിന്നാം.

സദ്യക്ക് മുന്നില്, പടക്ക് പിന്നിൽ.

സമുദ്രത്തിൽ കായം കലക്കിയപോലെ.

സൂക്ഷിച്ചാൽ ദുഃഖിക്കേണ്ട.

സൂചികൊണ്ട് എടുക്കാവുന്നത്
തൂമ്പയിലെടുക്കരുത്.

സൂചിപോയ വഴിയേ നൂലും.

സ്വരം നന്നായിരിക്കുമ്പോൾ
പാട്ടുനിറുത്തണം.

സ്വർഗത്തിലെ കട്ടുറുമ്പ്.[154]

---

151 ആറുവോളം (പാ.ഭേ.)

152 അമ്മ (പാ.ഭേ.)

153 പുഴുത്തിട്ടേ

154 ഒരുതരം വലിയ എറുമ്പ്.

സങ്കേതപദസൂചി

ഗ്രന്ഥസൂചി

1. ആന്റണി സി എൽ, ഭാഷാപഠനങ്ങൾ. ഭാഗം രണ്ട്. കൊച്ചി, 1980.
2. കരുണാകരൻ, തിരുനല്ലൂർ, മലയാളഭാഷാ പരിണാമം-സിദ്ധാന്ത ങ്ങളും വസ്തുതകളും. തിരുവനന്തപുരം : പ്രഭാത് ബുക്ക് ഹൗസ്, 1996.
3. കർത്താ പി സി, പഴഞ്ചൊൽ പ്രപഞ്ചം, കോട്ടയം, 1965.
4. കുഞ്ഞൻപിള്ള, ശൂരനാട്ട്, സാഹിത്യപ്രവേശിക, കോട്ടയം: എസ് പി സി എസ്, 1984.
5. കുഞ്ഞുണ്ണി, പഴുഞ്ചൊല്ലുകൾ, കോഴിക്കോട്: പി കെ ബ്രദേർസ്, 1959.
6. ഗുണ്ടർട്ട് എച്ച്, മലയാളം-ഇംഗ്ലീഷ് നിഘണ്ടു, മംഗലാപുരം: ബാസൽമിഷൻ പ്രസ്സ്, 1972.
7. ഗോവിന്ദപ്പിള്ള പി, മലയാള ഭാഷാചരിത്രം, കോട്ടയം: നാഷണൽ ബുക്ക് സ്റ്റാൾ, 1965.
8. ജോർജ് കെ എം, വിചാരകൗതുകം, കോട്ടയം: എസ് പി സി എസ്, 1952.
9. പത്മനാഭപിള്ള, ശ്രീകണ്‌ഠേശ്വരം, ശബ്ദതാരാവലി, കോട്ടയം: സാഹിത്യപ്രവർത്തകസഹകരണസംഘം, 1964.
10. പരമേശ്വരയ്യർ, ഉള്ളൂർ, കേരളസാഹിത്യചരിത്രം ഒന്നാം വാല്യം, തിരുവനന്തപുരം: കേരള സർവകലാശാല, 1967.
11. പൈലോപോൾ, മലയാള പഴഞ്ചൊല്ലുകൾ, തിരുവനന്തപുരം: കേര ളോദയം, അച്ചുകൂടം, 1902.
12. രാജരാജവർമ്മ എ ആർ, ഭാഷാഭൂഷണം, കോട്ടയം: നാഷണൽ ബുക്ക് സ്റ്റാൾ 1970.
13. വൃത്തമഞ്ജരി, കോട്ടയം: നാഷണൽ ബുക്ക് സ്റ്റാൾ, 1970.
14. വിഷ്ണുനമ്പൂതിരി എം വി, കടംകഥകൾ - ഒരു പഠനം, കോട്ടയം: കറന്റ്, 1994.

15. കേരളത്തിലെ നാടോടി വിജ്ഞാനീയത്തിന്നൊരു മുഖവുര, കോട്ടയം: എൻ ബി എസ്, 1978.
16. നാടോടി വിജ്ഞാനീയം, കോട്ടയം: ഡി സി ബുക്സ്, 1996.
17. ഫോക്‌ലോർ നിഘണ്ടു, തിരുവനന്തപുരം: കേരളഭാഷാ ഇൻസ്റ്റിറ്റ്യൂട്ട്, 1989.
18. വേലായുധൻ, പണിക്കശ്ശേരി, നാലായിരം പഴഞ്ചൊല്ലുകൾ, കൊല്ലം: ശ്രീരാമവിലാസം, 1965.
19. പതിനായിരം പഴഞ്ചൊല്ലുകൾ, കോട്ടയം: എൻ ബി എസ്, 1989.
20. ശേഷഗിരിപ്രഭു, എം വ്യാകരണമിത്രം, തൃശൂർ : കേരളസാഹിത്യ അക്കാദമി, 1989.
21. ശ്രീധരൻനായർ, വെറ്റിനാട്, ന്യായദീപ്തി, കോട്ടയം : നാഷണൽ ബുക്ക്സ്റ്റാൾ, 1989.
22. ഹരിശർമ്മ എസ്, മിശ്രകാന്തി, കോഴിക്കോട് : പി കെ ബ്രദേർസ്, 1950.
23. Allied Publishers, Ltd. The Chamber's Dictionary, New Delhi, 1994.
24. Bascom William R, contributions to folkloristics, Meerut, 1981.
25. Bhagawat Durga, An outline of Indian folklore, Bombay, 1958.
26. Gautam Sharma Vyathit, Folk lore of Himachal Pradesh, New Delhi : N B T, 1980.
27. Krohn, Kaarle, Folk lore Methodology (Tr: Roger L Welsch), London, 1971.
28. Mahadevan T M P, The Fundamentals of Logic, Madras, 1953.
29. Maranda E & Maranda P. Structural Models in Folk lore and Transformational Essays Paris, 1971.
30. Pattanayak D P, Indian Folk lore, Mysore : Central Institute of Indian Languages, 1981.
31. Roger D Abrahams Proverbs and Proverbial expressions Folklore and Folk life. An Instroduction (Ed: Richard M Doram), Chicago, 1972.
32. Silas David L (Ed), International Encyclopedia of Social Science. America, Macmillan, 1968.
33. Subramanya Sastri P S, Ed, Tolkappiyam-Porul Atikaram, Madras, 1956.
34. Varghese Paul (Ed), Proseselections from Modern writing, Madras, 1982.
35. Vishnu Namboodiri M V, Proverbs and Riddles (Article) Malayalam Literary survey vol II No.1, Trichur : Kerala Sahitya Academy January - March 1989.

9 789385 018572

Printed by Libri Plureos GmbH in Hamburg,
Germany